கருட புராணம்

கருட புராணம்

ஸ்ரீ கோவிந்தராஜன்

கிழக்கு

கருட புராணம்
Garuda Puranam
Sri Govindarajan ©

First Edition: October 2007
136 Pages
Printed in India.

ISBN: 978-81-8368-495-8
Title No: Kizhakku 804

Kizhakku Pathippagam
177/103, First Floor,
Ambal's Building, Lloyds Road
Royapettah, Chennai 600 014.
Ph: +91-44-4200-9603

Email : support@nhm.in
Website : www.nhm.in

Illustrations : Tamizh

Kizhakku Pathippagam is an imprint of New Horizon Media Private Limited.

This book is sold subject to the condition that it shall not, by way of trade or otherwise, be lent, resold, hired out, or otherwise circulated without the publisher's prior written consent in any form of binding or cover other than that in which it is published and without a similar condition including this the rights under copyright reserved above, no part of this publication may be reproduced, stored in or introduced into a retrieval system, or transmitted in any form or by any means (electronic, mechanical, photocopying, recording or otherwise), without the prior written permission of both the copyright owner and the above-mentioned publisher of this book.

மனம் மகிழட்டும்

(சர்வ மதங்களுக்கும் பொதுவான
பிரபஞ்ச சக்தியைப் போற்றும் துதி)

- உலகமெல்லாம் நிறைந்த பரம்பொருளே
  எல்லா உயிரும் நீயே
  எல்லா செல்வங்களும் நீயே
  உனது அருள் எப்போதும் எங்களைக்
  காத்து நிற்கிறது
  இந்த உண்மையை நாங்கள் உணர
  அருள்புரிவாய்.

- பசிக்கு உணவு ஆவாய்
  பருகும் நீர் ஆவாய்
  நோய்க்கு மருந்தாவாய்

- இருள்போக்கும் ஒளியே
  வறுமை நீக்கும் செல்வமே
  வாழ்வும் வளமும்
  உனது நன்கொடைகள்
  அன்பும் அறனும் உனது
  அற்புதப் படைப்புகள்

- பிரபஞ்சமே மகாசக்தியே
  உன்னில் பிறந்து
  உன்னில் வளரும் எங்களை
  உன்னதமாக்கி அருள்புரிவாய்!

உள்ளே...

நுழைவாசல் ... 8

1. பூலோகத்திலிருந்து, எமலோகத்துக்கு... ... 10

2. கேட்கிறான் கருடன்: விளக்குகிறார் விஷ்ணு ... 16

3. நரகங்கள் ஏழு! இன்பம் ஐந்து! ... 22

4. தானம், தகுதி, பிரேத ஜன்மம் ... 31

5. எமபுரியின் தூரம் எண்பத்தாறாயிரம் காதம்! ... 37

6. பாவிகளைத் தண்டிக்க பன்னிரண்டு பேர்! ... 48

7. சித்ரகுப்தன் கணக்கு ... 53

8. எம சிங்கரர்களும், எண்ணெய் கொப்பறையும் ... 57

9. பிரேத ஜென்மத்தின் கதை ... 58

10. எமபுரியும், எமதர்மனும்... ... 66

11.	பிறப்பு, இறப்பு, பாவம், புண்ணியம்	...	69
12.	சிரார்த்தம்: சபிண்டி கரணம்	...	75
13.	கறுப்பு எள்ளும், தர்ப்பைப் புல்லும்...	...	81
14.	எம பயம் போக்கும் எருமைதானம்	...	85
15.	உயிர் எப்படிப் போகிறது?	...	91
16.	எமபுரி... ஒரு சிறு குறிப்பு!	...	98
17.	ஈமக்கிரியை செய்ய சில விதிகள்	...	105
18.	பிரயோபவேசம், சந்நியாசம், தீர்த்த யாத்திரை	...	109
19.	துர்மரணப் பரிகாரங்கள்	...	112
20.	சொர்க்கம் யாருக்கு?	...	118
21.	போன பிறவியில் பொய் சொன்னவன்...	...	126

நுழைவாசல்

வேதவியாசர் பதினெட்டுப் புராணங்களை இயற்றினார். அவற்றில் கருட புராணமும் ஒன்று. நாம் அன்றாட வாழ்வில் தெரிந்தோ தெரியாமலோ பல தவறுகளைச் செய்துகொண்டே இருக்கிறோம். சுயநலத்துக்காக மட்டும் வாழ்கிறோம்.

நமக்கும் மேலே ஒரு சக்தி இருக்கிறது. அதை நாம் உணர்ந்திருந்தாலும் விளைவுகளைப் பற்றிக் கவலைப்படாமல் சுகபோகங்களில் மயங்கி மனம் போன போக்கில் வாழ்கிறோம். மனித வாழ்க்கையில் ஒவ்வொன்றுக்கும் ஒரு எல்லை இருக்கிறது. இப்படித்தான் வாழவேண்டும் என்கிற கட்டுப்பாடுகள் உள்ளன. அதன்படி மனிதர்களை வழி நடத்துவதற்காகவே அறநூல்கள் 'எதைச் செய்யக் கூடாது, எதைச் செய்யலாம்' என்று வரையறுத்துக் கூறியுள்ளன.

நாம் அரசாங்கத்தின் கடுமையான சட்டங்களுக்குப் பயந்து நடக்கிறோம். ஆனால், இம்மைக்கும் மறுமைக்கும் நன்மை

பயக்கும் ஆண்டவன் அருளிய அறிரைகளைக் கேட்டு நடப்ப தில்லை. 'இறந்த பிறகு நடப்பதைப் பற்றி இப்போது ஏன் கவலைப் படவேண்டும்? சொர்க்கமாவது, நரகமாவது' என்று அலட்சியப் படுத்திவிடுகிறோம்.

துன்பம் வரும்போது, வியாதிகள் வரும்போது, இனி உயிர் வாழமாட்டோம் என்ற நிலை வரும்போதுதான் கடவுளின் நினைப்பு வருகிறது. காலங்கடந்து உணர்வதில் பயனில்லை. கருட புராணத்தில் பிறப்பு, இறப்பு, தானம், தருமம், தவம், சடங்குகள், சொர்க்கம், நரகம், மறுபிறப்பு என்று மனித வாழ்க்கைக்குத் தேவையான எல்லா விவரங்களும் சொல்லப்பட்டுள்ளன. படித்துப் பயப்படுவதற்காக அல்ல; மனத்தைப் பக்குவப்படுத்திக் கொள்வ தற்காக தெரிந்துகொள்வோம்... வாருங்கள்.

1. பூலோகத்திலிருந்து, எமலோகத்துக்கு...

மனிதன் பிறந்து, வளர்ந்து, வாழ்ந்து திடீரென்று ஒரு நாள் இறந்து போகிறான். மனித வாழ்க்கை மரணத்துடன் முடிந்து விடுகிறதா? மரணத்துக்குப் பின்னரும் வாழ்வு உண்டா? இது எல்லோர் மனத்திலும் தோன்றுவதுதான். இந்து மதத்தில் மறுபிறப்புத் தத்துவம் உண்டு. பிறந்த ஒவ்வொரு உயிரும் இறந்தேயாக வேண்டும். இறந்த உயிர் மீண்டும் பிறந்தே தீரும். இப்படியே பிறப்பு, இறப்பு, மீண்டும் பிறப்பு, மீண்டும் இறப்பு என்று சங்கிலித்தொடர் போல் நடை பெற்றுக்கொண்டே இருக்கிறது. இதையே ஆதிசங்கரர் 'புனரபி ஜனனம், புனரபி மரணம்' என்கிறார்.

மரணம் என்பது உடலுக்குத்தானே தவிர உயிருக்கு அல்ல. ஆன்மா அழிவற்றது. பிறப்பதும் இறப்பதும் மீண்டும் பிறப்பதும் அவரவர் செய்த நல்வினை, தீவினை ஆகியவற்றின் அடிப்படையில் ஏற்படுகிறது.

மனிதப்பிறவி மற்ற பிறவிகளைவிடச் சிறந்த பிறவியாகும். எனவே மனிதப்பிறவியில் நல்லசெயல்களையே செய்யவேண்டும் என்று வலியுறுத்திக் கூறப்படுகிறது. மனிதனின் மனத்தில் அதிகமாகத்

தோன்றுவது, மரணத்துக்குப்பின் தனக்கு ஒரு வாழ்வு உண்டா என்பதுதான். மனிதன் இறந்த பிறகு உடலைவிட்டுப் பிரிந்த உயிர் வேறு உடலைப் பெறுகிறதா? அல்லது உடலில்லாமல் சுற்றித் திரிகிறதா? உடலில்லாவிட்டாலும் உருவம் உண்டா? ஆராய்ச்சி யாளர்கள் உண்டு என்று கூறுகிறார்கள்.

மரணத்துக்குப் பிறகும் உயிருக்கு உருவம் இருக்கிறது என்றும் உயிரோடு இருந்த காலத்தில் இருந்த உருவமே அதற்கு ஏற்படுகிறது என்றும் அதற்கு உயிருள்ளவர்களைப் போல் ஆசைகள், நிராசைகள், விருப்பு, வெறுப்பு, மகிழ்ச்சி, துக்கம், ஆத்திரம், அமைதி, நல்லது செய்யவேண்டும், பழிதீர்க்க வேண்டும் என்பன போன்ற குணங்கள் இருக்கின்றன என்றும் கண்டுபிடித்து இருக்கிறார்கள்.

ஆத்மாவானது, சத்துவகுணம் மேலோங்கியபோது மரணம் அடைந்தால் அது அறிவில் சிறந்தவர்களது உயர்ந்த உலகத்தைச் சென்றடைகிறது. ரஜோகுணம் மேலோங்கிய நிலையில் மரணத்தை எய்தினால் அறிவற்றவர்களிடையே பிறப்பெய்துவான்.

சித்தர்கள், ‘உயிர் என்றும் அழியாதது... உடலை விட்ட பின்னும் அதன் வாழ்வு தொடர்கிறது’ என்று கூறியுள்ளனர்.

உடல் இறந்த பிறகு எரிக்கப்படுகிறது.அப்போது சொல்லப்படும் ரிக்வேத மந்திரத்தின் பொருள் கீழே தரப்பட்டுள்ளது.

‘அக்னிதேவதையே, உமது கரங்களால் இவரை இனிதாகப் பற்றி அழைத்துச் செல்வீராக. இவருக்குத் தோஷமற்ற தேகத்தை அளிப்பீராக. பித்ரு தேவதைகள் வசிக்குமிடத்துக்கு அழைத்துச் சென்று சோகமும் மரணமும் இல்லாத உலகில் இவரைக் கொண்டு போய் சேர்த்துவிடுவீராக’ என்று பிரார்த்தனை செய்யப்படுகிறது.

பித்ரு கர்மா பற்றிய விவரங்கள்:

இறந்துபோன முன்னோருக்காக அவர்கள் இறந்த நேரம், திதியை அடிப்படையாகக் கொண்டு வருடத்துக்கு ஒருமுறை திதிவரும் தினத்தன்று சிரார்த்த கர்மங்கள் செய்வது வழக்கம்.

‘தந்தை இறந்த பிறகு அவருக்கும் அவருடைய முன்னோருக்கும் சிரார்த்தம், தர்ப்பணம் முதலியற்றை மகன் செய்வதே ‘பித்ரு கர்மா’

நரகத்தை நிச்சயிப்பது நாங்கள்

தண்டனையின் பெயர் : தாமிஸ்ரம்

பிறருக்குச் சொந்தமான பொருளை அபகரிப்பது குற்றமாகும். பிறருக்குச் சொந்தமான மற்றவர் மனைவியை விரும்புவதும் அபகரிப்பதும் பாவச்செயலாகும். அதே போல் பிறரது குழந்தையை அபகரிப்பது மகாபாவமாகும். பிறரது பொருளை ஏமாற்றி அபகரிப்பது, நமக்கு தீராத துன்பத்தைத் தரும். இதற்குத் தண்டனையாக, நரகத்தில் எமகிங்கரர்கள் முள்ளாலான கட்டைகளாலும் கதைகளாலும் நையப் புடைப்பார்கள்.

கருட புராணம்

எனப்படும். 'பித்ருக்களுக்குச் செய்யவேண்டிய காரியங்களைச் செய்யாவிட்டால் பித்ரு சாபத்துக்கு ஆளாக நேரிடும். அதன் பயனாக வம்சம் விளங்காமல் போகும். மங்கள காரியங்கள் நிகழாமல் தடைபடும்' என்று சாஸ்திரங்கள் கூறுகின்றன. பித்ரு தர்ப்பணம் என்பதற்கு 'பித்ருக்களை திருப்தி செய்வித்தல்' என்பது பொருளாகும். பித்ருக்கள் என்பவர்கள் காலஞ்சென்ற தாய்வழி, தந்தைவழி முன்னோர்களைக் குறிக்கும்.

அக்கறை இல்லாமல், மனம் ஒன்றாமல் செய்யும் கர்மாக்களைப் பித்ருக்கள் ஏற்றுக்கொள்வதில்லை. எனவே சிரத்தையுடன் மனம் ஒன்றிச் செய்ய வேண்டும் என்ற அடிப்படையிலேயே இந்தக் கர்மாக்களுக்குச் 'சிரார்த்தம்' என்ற பெயர் ஏற்பட்டது.

'வருடம் ஒருமுறை முன்னோர்கள் இறந்த திதியில் செய்யப்படும் சிரார்த்தத்தைத் தவிர அமாவாசை மகாளயபட்சம், மாதப் பிறப்புக்கள், சூரிய மற்றும் சந்திர கிரகணங்கள் ஆகிய நாட்களில் செய்யப்படும் தர்ப்பணங்கள் மிகவும் முக்கியத்துவம் வாய்ந்தவை. தந்தை இறந்த பிறகே 'தர்ப்பணம்' செய்யும் உரிமை மகனுக்கு வருவதாகச் சாஸ்திரங்கள் கூறுகின்றன. அப்படிச் செய்யப்படும் தர்ப்பணங்கள் தந்தை வழியில் முன்தோன்றிய ஆறுபேருக்கும் தாய் வழியில் முன்தோன்றிய ஆறுபேருக்கும் சேர்த்து மொத்தம் பன்னிரண்டு பேருக்குச் செய்யவேண்டும். அதாவது மொத்தம் மூன்று தலைமுறைகளுக்குச் செய்ய வேண்டும்.

சிரார்த்தத்தின் முக்கியத்துவம்:

ஒவ்வொரு உயிரின் எண்ண உணர்வு அதிர்வுகள் அந்த ஜீவனைக் கட்டுப்படுத்துகின்றன. இந்த அதிர்வுகளை நீக்கி அவை விடுபட்டுச் செல்ல இந்தச் சிரார்த்தம் உதவி செய்கிறது. இதன் விளைவாக உடலை விட்ட உயிரானது எல்லாவகை உணர்வுப் பிணைப்புகளில் இருந்தும் அதிர்வுகளில் இருந்தும் விடுவிக்கப்பட்டுத் தக்க உலகங்களைச் சென்றடையும்.

மகாளய பட்சம்:

ஒவ்வொரு வருடமும் புரட்டாசி மாதத்தில் வரும் மகாளய பட்சத்தில் சிரார்த்தத் தர்ப்பணம் செய்தால் அது நல்ல பலன்களைத்

தரும். 'மகாளயம்' என்ற வார்த்தைக்குப் 'பெரிய இருப்பிடம்', 'மகான்களுக்கு இருப்பிடம்' என்று பல அர்த்தங்கள் உள்ளன. மகான்களான பித்ருக்கள் பூமியில் வந்து சுமார் 16 நாள்கள் வரை தங்கியிருந்து, தங்களது வாரிசுகளையும் சுற்றத்தாரையும் நலமுடனும் மங்களத்துடனும் வாழ வைக்கும் காலம் இதுவாகும்.

சூரியன் கன்னிராசியில் புகும்போது ஆஷாடம் முதலான ஐந்தாவது அபர பக்ஷத்தில் முன்னோர்கள் பூமிக்குச் சென்று வர அனுமதிக்கப் படுகின்றனர். இந்த நேரத்தில் காலஞ்சென்ற நமது பெற்றோர், அவர்களது பெற்றோர்களுடன் நம்மை நாடி வருகின்றனர். அவ்வாறு வருகிற காலத்துக்கு 'மகாளயம்' என்று பெயர்.

காசி, கயா, பத்ரிநாத், இராமேஸ்வரம் முதலிய புண்ணிய தலங்களில் பிரம்மகுண்டத்தில் பித்ருக்களுக்குச் சிரார்த்தம் முதலிய கர்மங்களைச் செய்துவிட்டால் பிறகு வருடந்தோறும் வீட்டில் அவர்கள் இறந்த திதியில் கர்ம காரியங்கள் செய்ய வேண்டியதில்லை என்று ஒரு நம்பிக்கை உள்ளது. இது தவறு. புண்ணிய தலங்களில் செய்வதால் அதிக புண்ணியமும் பலனும் கிடைக்கும். ஆனால், தொடர்ந்து வருடா வருடம் தவறாமல் பிதுர் காரியங்களைச் செய்ய வேண்டும்.

கருட புராணத்தைப் படிக்கத் தொடங்குவதற்கு முன்பு மேற் கண்ட விவரங்களைத் தெரிந்துகொள்வது அவசியம். கருட புராணம் இவ்வுலகை விட்டுச் செல்லும் ஜீவன் எமனது உலகுக்குள் நுழைவதற்கு முன்பு படும் துன்பங்களை விரிவாக எடுத்துரைக்கிறது.

இறந்தவுடன் இந்த உயிர் எங்கு செல்லும்? அதன் செயல்பாடுகள் எப்படி இருக்கும் என்பதைக் கருட புராணம் விரிவாக எடுத்துரைக் கிறது. மேலும் உயிர் பிரியும்விதம், சொர்க்கம், நரகம் ஆகியவற்றுக்கு வழிகள், ஜீவன் அடையும் பலன்கள் ஆகியவற்றைத் தெளிவாக எடுத்துரைக்கிறது.

கருட புராணமானது பகவான், கருடனுக்குக் கூறுவதாக அமைந்துள்ள கேள்வி பதில் பாணியில் அமைந்துள்ளது.

சனகாதி முனிவர்களுக்குச் சூதமுனிவர் இந்தக் கருட புராணத் தைக் கூறுகிறார். முனிவர்கள் கேட்கும் கேள்விகளுக்கும் பதிலளிக்கிறார்.

இனி வியாசர் அருளிய பதினெட்டுப் புராணங்களில் ஒன்றான கருட புராணத்தை இறைவனைத் தொழுது படிக்கத் தொடங்குவோம்.

2. கேட்கிறான் கருடன்: விளக்குகிறார் விஷ்ணு

நைமிசாரண்ய வனத்தில் சனகாதி முனிவர்கள் ஆசிரமம் அமைத்துத் தவம் செய்து வந்தனர். அவர்கள் வேதங்களைத் தெளிவாகக் கற்றவர்கள். ஆசாரம், அனுஷ்டானம் ஆகியவற்றை முறையாகக் கடைப்பிடிப்பவர்கள். புனித நதியான கங்கை நைமிசாரண்யம் வழியாக ஓடுவதால் அவ்வனம் புண்ணிய பூமியாக ஆனது. அங்கு பறவைகள் கூட்டம் கூட்டமாக மரங்களில் வந்தமர்ந்து இனிய ஓசைகளை எழுப்பின. மயில்கள் ஆடின. குயில்கள் கூவின. மான்கள் துள்ளித் திரிந்தன. கொடிய மிருகங்களும் அவ்வனத்தில் வாழ்ந்து வந்தன.

இந்த நைமிசாரண்ய வனத்துக்கு ஒருநாள் சூதமுனிவர் வந்தார். இந்தச் சூதமுனிவர் வியாசபகவானின் சீடராவார். வியாசர் இவருக்குப் பதினெட்டுப் புராணங்களையும் கூறியுள்ளார். ஒவ்வொரு புராணத்தைப் பற்றியும் சனகாதி முனிவர்களுக்குப் கூறுவது வழக்கம்.

சூதமுனிவரைக் கண்ட சனகாதி முனிவர்கள் மகிழ்ச்சியுடன் அவரை வரவேற்றனர். நல்லதொரு ஆசனத்தில் அவரை அமரச் செய்தனர். பாதபூஜை செய்து அவரை மகிழ்வித்தனர். பின்னர் அம்முனிவர்கள் சூதமுனிவரிடம் ஒரு வேண்டுகோளை வைத்தனர். 'முனிவர்

பெருமானே! தாங்கள் சிவபுராணங்களையும் வைஷ்ணவ புராணங் களையும் எங்களுக்கு ஏற்கெனவே கூறியுள்ளீர்கள். நாங்களும் அவற்றைக் கேட்டு மகிழ்ச்சி அடைந்தோம்.

ஏற்கெனவே தாங்கள் கூறியுள்ள விஷ்ணு புராணம் தத்துவங்களை உள்ளடக்கியதாகவும் சத்துவ குணத்தை வலியுறுத்தும் புராண மாகவும் அமைந்துள்ளது. விஷ்ணுவின் அவதாரமாகவே பிறந்த வியாசரின் சீடரான தாங்கள் எங்களுக்கு சாத்வீகமான புராணம் ஒன்றைக் கூற வேண்டும். எங்களுக்கு ஏற்பட்டுள்ள கீழ்கண்ட சந்தேகங்களையும் நிவர்த்தி செய்யவேண்டும்.

உயிர்கள் ஏன் பிறக்கின்றன? பின் ஏன் இறக்கின்றன? மரணம் அடைந்தபிறகு என்ன நடக்கிறது? சிலர் சொர்க்கத்துக்கும் சிலர் நரகத்துக்கும் செல்வதற்கு காரணம் என்ன?

நோய்கள் ஏற்படக் காரணம் என்ன? பிரேத ஜென்மம் எப்போது ஏற்படுகிறது? அந்த ஜென்மம் நீங்குவதற்கு என்ன செய்ய வேண்டும்? மோட்சம் கிடைக்க என்ன செய்யவேண்டும்? தயவு செய்து இந்த விவரங்களை எல்லாம் விளக்கமாக எங்களுக்கு எடுத்துரைக்க வேண்டும்' என்று சனகாதி முனிவர்கள் பணிவுடன் சூதமுனிவரிடம் கேட்டார்கள்.

அவர்களின் வேண்டுகோளை சூதமுனிவர் ஏற்றுக்கொண்டார். முதலில் தனது குருவான வியாச பகவானை மனத்தில் நினைத்துத் தியானம் செய்தார். பின்னர் மகாவிஷ்ணுவை நினைத்து இருகரங் கூப்பி வணங்கினார். பின்னர் பேச ஆரம்பித்தார். 'கற்றறிந்த முனிவர்களே! நீங்கள் கேட்ட கேள்விகள் மிகவும் முக்கியமானவை. யாவரும் அறிந்து கொள்ள வேண்டியவையும் ஆகும். நீங்கள் கேட்ட இதே கேள்விகளை ஒருமுறை கருடாழ்வார் மகாவிஷ்ணுவைப் பார்த்துக் கேட்டார்.

மகாவிஷ்ணுவும் கருடன் கேட்ட கேள்விகள், சந்தேகங்கள் அனைத்துக்கும் பதில் கூறினார். அதே முறையில் நான் இப்போது கருட புராணத்தை உங்களுக்குக் கூறப் போகின்றேன்' என்று கூறிய சூதமுனிவர் கருடபுராணத்தைக் கூற ஆரம்பித்தார்.

பறவைகளின் அரசனான கருடன் மகாவிஷ்ணுவைப் பார்த்து 'பகவானே! நாராயணா! உயிர்களின் பிறப்புக்குக் காரணம் என்ன?

நரகத்தை நிச்சயிப்பது நாங்கள்

தண்டனையின் பெயர் : அந்ததாமிஸ்ரம்

கணவனும் மனைவியும் சேர்ந்து மனமொத்து வாழ்வது அவசியம். அதை விடுத்து ஒருவரை ஒருவர் ஏமாற்றுதல் தவறாகும். கணவன் மனைவியை வஞ்சித்தலும் மனைவி கணவனை வஞ்சித்தலும் பாவச் செயலாகும். இத்தகையவர்கள் இந்த நரகத்தில் உழன்று, கண்கள் தெரியாத நிலையில் இருள்சூழ மூர்ச்சையாகி விழுந்து தவிக்க வேண்டியது வரும்.

உயிர்களின் இறப்புக்குக் காரணம் என்ன? உயிர்கள் ஏன் சொர்க்கத்தை அல்லது நரகத்தை அடைகிறார்கள்? பிரேத ஜென்மம் நீங்க வழி என்ன? மோட்சம் கிடைக்க வழி என்ன? இறக்கிற காலத்தில் ஒருவன் என்ன செய்யவேண்டும்? நற்கதி எப்போது உண்டாகும்? இவற்றைப் பற்றி எல்லாம் விளக்கமாகக் கூறவேண்டும்?' என்று வேண்டினான்.

நாராயணன் கருடனைப் பார்த்து 'நீ இன்று நல்ல கேள்விகளைக் கேட்டாய். அதையும் முறையாக வரிசையாகக் கேட்டாய். இந்த விவரங்களை யாரும் அறியமாட்டார்கள். இது ரகசியமானது. ஒரு உண்மையை இந்த உலகத்தில் யாரும் நினைத்துப் பார்ப்பதில்லை. பிறப்பு என்று இருந்தால் இறப்பு என்ற ஒன்றும் நிச்சயம் உண்டு. பிறந்த உயிர் எதுவாயினும் ஒரு நாள் இறந்தேயாக வேண்டும்.இது இயற்கை நியதி. இதை யாரும் நினைப்பதாகத் தெரியவில்லை.

எமன் வந்தால் நாம் என்ன செய்ய முடியும். அதற்கு முன்பு தானதருமங்களையும் அறச்செயல்களையும் செய்யவேண்டும். இதை யாரும் எண்ணிப்பார்ப்பதில்லை. அவரவர்க்கு என்று கருமங்கள் உண்டு. சாஸ்திரங்களில் கூறப்பட்டுள்ள கர்மங்களை விடாமல் செய்யவேண்டும். ஒருவன் எந்தக் குலத்தில் பிறந்தாலும் அந்தக் குலத்துக்கு என்று உள்ள கடமைகளைச் செய்தாலே போதுமானது. அவ்வாறு செய்பவனே அனைவரிலும் மேம்பட்டவனாவான்.

எனது எண்ணப்படி பிரம்மதேவன் மனிதனைப் படைத்தான். அப்படிப் படைக்கும்போது அவரது முகத்தில் இருந்து பிராமணர்கள் தோன்றினர். அவரது மார்பில் இருந்து ரஜோகுணம் உடைய சத்திரியர்கள் தோன்றினர். தொடைப்பகுதியில் இருந்து வைசியர்கள் தோன்றினர். அவரது பாதத்திலிருந்து சூத்திரர்கள் தோன்றினர்.

பிராமணர்கள் : இவர்களுக்கு என்று உள்ள கருமங்களாக ஓதல், ஓதுவித்தல், ஈதல், ஏற்றல், வேள்வி செய்தல் ஆகியவை உள்ளன. அதாவது வேதங்களைக் கற்று அறிதல், அவற்றை மற்றவர்களுக்குக் கற்றுத்தருதல், தம்மிடமுள்ள பொருளை மற்றவர்களுக்குக் கொடுத்தல், தானமாகக் கொடுத்த பொருளை ஏற்றல், உலக நன்மைக்காக வேள்விசெய்தல் ஆகியவை கூறப்பட்டுள்ளன.

சத்திரியர்கள்: சத்திரியர்கள் என்பவர்கள் சில கர்மங்களைச் செய்தாக வேண்டும். ஓதல், ஈதல், உலகோம்பல், படைப்பயிற்சி, போரிடுதல் ஆகியவை முக்கியமானவையாகும். கல்வி கற்க வேண்டும். பிறருக்குத் தம்மிடம் உள்ள பொருளைக் கொடுத்தல், தனது நாட்டு மக்களைக் காத்தல், போர்ப் பயிற்சி மேற்கொள்ளுதல், பகையரசருடன் போர்புரிதல் ஆகிய செயல்கள் ஒரு சத்திரியனின் கடமை ஆகிறது.

வைசியர்கள்: வைசியருக்கு உள்ள கடமைகளாக ஓதல், பொருளீட்டல், ஈதல், பசுக்களைக் காத்தல், உழுதல் ஆகியவை கூறப்பட்டுள்ளன. கல்வி கற்க வேண்டும். நல்ல வழியில் தொழில் செய்து பொருளீட்ட வேண்டும். பிறருக்குப் பொருளுதவி செய்ய வேண்டும். பசுக்களில் எல்லா தெய்வங்களும் உள்ளன. எனவே பசுக்களைப் பராமரித்துப் பாதுகாக்கவேண்டும். அவற்றைக் கொல்வது பாவச் செயலாகும். நிலத்தை உழும் உழவுத்தொழிலையும் செய்ய வேண்டும்.

சூத்திரர்கள்: ஓதல், மற்றவர்களுக்குப் பணிபுரிதல், பொருளீட்டல், உழுதல், பசுக்களைக் காத்தல் முதலிய கடமைகள் உள்ளன. கல்வி கற்றல் என்பது யாவருக்கும் பொதுவானது. மற்ற வருணத்தாருக்கு உதவி புரிதல் ஒரு முக்கிய கடமையாகும். பொருளீட்டல் என்பது அறவழியில் தொழில் செய்து பொருள் சேர்த்தலாகும். பசுக்களை மேய்த்தல், அவற்றுக்கு உணவளித்தல், பாதுகாத்தல் ஆகியவையும் முக்கிய கடமைகளாக உள்ளன. இந்த வருணத்தாருக்கு உழவுத் தொழில் முக்கிய கடமையாக உள்ளது.

மற்ற மூன்று வருணத்தாருக்கும் வேண்டிய உணவுப் பொருட்களை இவ்வருணத்தார் உற்பத்தி செய்து கொடுப்பது முக்கிய கர்மமாக உள்ளது. அவரவர்களுக்கு உரிய கடமைகள் வரையறுக்கப்பட்டுள் ளன. அவற்றைச் செய்வதே சிறந்ததாகும். குல ஒழுக்கப்படி நடப்பதே ஒழுக்கமாகும்.

இவ்வாறு தோன்றிய நான்கு வருணத்தாரையும் யாகங்கள் செய்யும்படி பிரம்மா நியமித்தார். யாகங்களால் தேவதைகள் திருப்தி அடைவார்கள். அவர்கள் உரிய காலத்தில் மழை பெய்யச் செய்து மனிதர்களை மனநிறைவடையச் செய்கிறார்கள். எனவே

மனிதனின் உயர்வுக்குச் சாதகமாக விளங்கும் யாகங்களைச் செய்ய வேண்டியது அவசியம்.

இவ்விதமாகப் பிரம்மனால் படைக்கப்பட்ட நான்கு வர்ணத்தினரும் காமம், குரோதம், லோபம் ஆகிய அழுக்குகள் இல்லாத மனத்தினராக, நிர்மலமான இதயம் உடையவராக எல்லாவிதமான தர்மங்களையும் செய்துகொண்டு நினைத்த இடத்தில் நினைத்தபடி வசித்து வந்தார்கள். அவர்கள் நிர்மலமான மனத்துடன் இறைவனைத் தொழுது தத்துவ ஞானம் பெற்று நிம்மதி அடைந்தார்கள். இதைப் போன்ற அறச்செயல்கள் கிருதயுகத்திலிருந்து திரேதா யுகத்தின் இடைப்பாலம் வரை நடைபெற்று வந்தன.

பிறகு காலவசத்தால் மனிதனுடைய சத்துவ புத்தி, தைரியம், ஆயுள், முதலியவை குறைந்துவிட்டன. அதனால் மோகம், லோபம் ஆகியவை அதிகமாகிவிட்டன. தர்மம் குறைந்து அதர்மம் பெருகி விட்டது. அதனால் மோட்ச மார்க்கத்துக்கு எதிரான செயல்கள் பிரபலம் அடைந்தன. அதனால் இயற்கையில் உண்டாகக்கூடிய ஞானமும் தடைகளை வெல்லக்கூடிய சக்தியும் மக்களிடம் குறைந்து விட்டன.'

இவ்வாறு திருமால் கருடனிடம் கூறினார்.

3. நரகங்கள் ஏழு! இன்பம் ஐந்து!

பகவான் நாராயணன் கூறியதைக் கேட்டுக்கொண்டிருந்த கருடாழ்வார் மிகவும் மகிழ்ச்சி அடைந்தார். மேலும் மேலும் பல கேள்விகளைக் கேட்க விரும்பினார். எனவே பகவானைப் பார்த்து அடுத்த கேள்வியைக் கேட்டார். 'பரந்தாமா! உயிர்கள் எப்படிப் பறக்கின்றன? அவற்றுக்குள் பேதங்கள் காணப்படுவது ஏன்? மனிதப்பிறவிக்கும் மற்ற பிறவிகளுக்கும் உள்ள வேறுபாடு என்ன?'

பகவான் கூறத் தொடங்கினார்.

'பறவைகளுக்கு அரசனான கருடனே, உலகப்படைப்பில் எண்பத்து நான்கு லட்சம் மாறுபட்ட படைப்புகள் உள்ளன. இவற்றுக்கு 'யோனிபேதங்கள்' என்று பெயர். இந்த எண்பத்து நான்கு லட்சம் யோனிபேதங்கள் நான்கு பெரும் பிரிவுகளில் அடங்கிவிடுகின்றன. அந்த நான்கு வகைப் பிரிவுகளாவன - அண்டஜசம், உற்பிசம், சராயுசம், சுவேதசம் என்பவையாகும்.

அண்டசம் என்பது முட்டையில் இருந்து வெளிவரும் பறவையைக் குறிக்கும். மொத்தம் இருபத்தோரு லட்சம் பறவைகள் மற்றும் முட்டையில் இருந்து வரும் உயிரினங்கள் தோன்றின. உற்பிசம் என்பது பூமியில் இருந்துதோன்றியவை ஆகும். பூமியில் இருந்து

நரகத்தை நிச்சயிப்பது நாங்கள்

தண்டனையின் பெயர் : ரௌரவம்

பிறருடைய குடும்பத்தை, அதாவது வாழும் குடும்பத்தைக் கெடுப்பது, பிரிப்பது, அழிப்பது, அவர்களின் பொருள்களைப் பறிப்பது என்பது குற்றமாகும். இதற்குத் தண்டனையாக, ஜீவன்களை எமகிங்கரர்கள் சூலத்தில் குத்தித் துன்புறுத்துவார்கள்.

இருபத்தோரு லட்சம் மரம், செடி, கொடி போன்ற தாவர வகைகள் தோன்றின. புல், பூண்டு ஆகியவையும் இவற்றில் அடங்கும்.

இத்தாவரங்கள் நீரை உறிஞ்சி முளைத்து, செழித்து வளரும். சுகம், துக்கம், நன்மை, தீமை ஆகியற்றை அறியும் அறிவு இவற்றுக்கு இல்லை. சராயுசம் என்பது கருப்பையில் இருந்து தோன்றுவதாகும். மனிதர்களும் கருப்பையில் தோன்றும் இதர உயிர்களும் ஆக இருபத்தோரு லட்சம் உயிர்கள் தோன்றின. வேர்வையில் இருந்து வெளியேறும் உயிர்களுக்கு சுவேதம் என்று பெயர். கொசு முதலிய வியாதிகளைப் பரப்பும் உயிர்கள் இதில் அடங்கும்.

எல்லா உயிர்களையும்விட மனிதப்பிறவியே சிறந்ததாகும். மிருகங்கள் பக்கவாட்டில் குறுக்காக வளரக்கூடியவை. அவை சுகம், துக்கம் ஆகியவற்றை மட்டும் அறியக்கூடிய சக்தி உடையவையாக இருப்பவை. அவை ஞானமற்றவையாக, உடன்பிறப்புகள், தாய், தந்தை, சுற்றம் முதலியவை பற்றி அறிய இயலாதவையாக இருக்கின்றன.

மனிதப்பிறவியே புண்ணியம் வாய்ந்த பிறவியாகக் கருதப்படு கிறது. மனிதன் கண்களால் பார்க்கிறான். காதுகளால் கேட் கிறான். மூக்கால் வாசனைகளை நுகர்கிறான். நாக்கால் சுவை களை அறிகிறான். அவனால் நன்மை, தீமைகளை அறிய முடியும். உணர்ச்சிகளை வெளிப்படுத்த முடியும். பகுத்தறிவு, மனிதனுக்கு மட்டுமே உண்டு.

மனிதரில் நான்கு ஜாதிகள் உள்ளன என்பதை ஏற்கெனவே கூறியுள்ளேன்.

நான்காவது வருணத்தில் வேறுசில பிரிவுகளும் உள்ளன. தொழிலின் அடிப்படையில் அவர்கள் அழைக்கப்படுகிறார்கள். ஆடையை வெளுப்பவர், தோல் தைப்பவர், நடனமாடுபவர், ஓடக்காரர், வேடர் ஆகிய பிரிவினர் அடங்குவர். எல்லா உயிர்களுக்கும் சில பொது வான குண இயல்புகள் உள்ளன. உறக்கம், விழிப்பு, உண்ணுதல், அச்சம், கோபம், புணர்ச்சி ஆகியவை எல்லா உயிர்களிடத்தும் காணப்படுகின்றன. ஞானம் மட்டுமே எல்லா உயிர்களுக்கும் பொதுவாக அமைவதில்லை.

பல உலகங்கள் உள்ளன. சில உலக மக்கள் ஒரு காலை மட்டுமே உடையவர்களாய் இருக்கிறார்கள். சில உலகங்களில் இரண்டு கால்கள் உடையவர்களாக இருக்கிறார்கள். சில உலகங்களில் பல கால்களை உடைய மனிதர்களும் உள்ளனர். எந்த உலகில் முனிவர்கள், யோகிகள், முன்னோர்களான பித்ருக்கள் ஆகியோர் துதித்துப் போற்றப்படுகிறார்களோ, எங்கே கருப்பு நிற மான்கள் வசிக்கிறதோ அந்த இடம் புனிதமும் புண்ணியமும் நிறைந்த பூமியாகும்.

தினமும் யோகப்பயிற்சிகளையும் பிரம்ம தியானத்தையும் செய்து கொண்டிருக்கும் ஞானிகளாகிய மகாத்மாக்களுக்கெல்லாம் பரமபதம் கிடைக்கும். கொடிய பாவங்களைச் செய்கிற பாவிகள் தாமிஸ்வரம், அந்தாமிஸ்ரம், ரௌரவம், மகாரௌரவம், அசிபத்ர வனம், காலசூத்திரம், அவிசிமத்து ஆகிய ஏழு விதமான நரகங்களை அடைவார்கள்.'

இவ்வாறு உயிர்களின் பிறப்புக் குறித்துப் பகவான் கூறியபோது கருடாழ்வார் கரங்களைக் கூப்பியபடி கேட்டுக்கொண்டிருந்தார்.

பகவான் தொடர்ந்து கூறலானார். 'கருடனே! மனிதப் பிறவியே சிறந்தது என்று ஏற்கெனவே கூறியுள்ளேன். அந்த மனிதர்களுள் பிராமணர்கள் லௌகீக வாழ்க்கையில் உள்ள இன்பதுன்பங்களில் ஈடுபடுவதை விட்டுவிட்டு வேதங்களைக் கற்றுணர வேண்டும். அவ்வாறு கற்றுணர்ந்தவர்களே சிறப்புடையவர்கள்.

சரியான வழியில் நிலையாக நிற்பவர்கள் மேலும் சிறப்புடை யவர்களாவர். பிரம்மஞானம் அடைந்தவர்கள் இன்னும் சிறப் புடையவர்களாவர். ஒரு மனிதன் சொர்க்கத்தை அடைய மனிதப் பிறவியே அவசியமாக உள்ளது. ஆனால், நல்ல செயல்களைச் செய்து வீடுபேற்றை அடைவதற்குப் பதிலாக மனிதர்கள் தீயசெயல்களில் ஈடுபட்டு நரகத்தை அடைகிறார்கள்.

ஒவ்வொரு மனிதனும் தனது மனசாட்சிப்படி நடக்க வேண்டும். மண்ணாசை, பொன்னாசை ஆகியவற்றை விலக்க வேண்டும். ஆனால், மனிதன் ஆசையால் தூண்டப்பட்டு மனிதத்தன்மையை விட்டு விலகி, மிருகம் போல் ஆகிவிடுகிறான். கிடைப்பதைக்

நரகத்தை நிச்சயிப்பது நாங்கள்

தண்டனையின் பெயர் : மகா ரௌரவம்

மிகவும் கொடூரமாக பிறர் குடும்பத்தை வதைத்தவர்கள், பொருளுக்காக குடும்பங்களை நாசம் செய்தவர்கள் அடையும் நரகம் மகா ரௌரவமாகும். இங்கு குரு என்ற சொல்லக்கூடிய, பார்ப்பதற்குக் கோரமான மிருகம் காணப்படும். இவை பாவிகளைச் சூழ்ந்து, முட்டி மோதி பலவகையிலும் ரணகளப்படுத்தி துன்புறுத்தும்.

கொண்டு திருப்தி அடையாமல் மேலும் மேலும் ஆசைப்பட்டு அவதிப்படுகிறான். ஆசை வளர வளர ஒன்றன் பின் ஒன்றாக மனிதன் தவறுகளைச் செய்துகொண்டே இருக்கிறான்.

ஆசைகளை நிறைவேற்றிக் கொள்வதற்காக துரோகம், காரியம் நடப்பதற்காக பிறருக்குக் கும்பிடுபோடுதல் என்று பல விதங்களில் செயல்பட்டு வெறிகொண்டவனாக மாறிவிடுகிறான். ஆனால், தனது வாழ்நாள் எவ்வளவு காலம் என்பதை மனிதன் அறிய இயலாது, பிறரது இகழ்ச்சிக்கு இலக்காகி முடிவில் இறந்து விடுவான். அவனுக்கு நரகம்தான் கிடைக்கும்.

ஆனால், மகான்களின் நிலை வேறானது. அவர்கள் தாங்களும் புலன்களை அடக்கி பற்றற்று இருப்பதுடன் 'ஆசையை அடக்க வேண்டும்' என்று பிறருக்கும் போதிப்பார்கள். இவ்வாறு மரியாதைக்குரிய மகான்கள் அனைவராலும் போற்றப்படுவார்கள். இவர்களுக்குச் சொர்க்கத்தில் இடம் உண்டு.

மனிதன் புலன்களை அதன் போக்கில் செல்லவிடாமல், தன் கட்டுப்பாட்டுக்குள் கொண்டுவர வேண்டும். சுதந்திரமாகச் சிந்தித்துச் செயல்படவேண்டும். இது நல்லது, இது தீயது என்று பகுத்துணர வேண்டும். சுதந்திரமான சிந்தனை உடையவனுக்கே ஞானம் சித்தியாகும். மனிதன் முதலில் தாய், தந்தையர் பேச்சைக் கேட்டு நடப்பான். பின்னர் மனைவியின் பேச்சைக் கேட்டு நடப்பான். வயதான காலத்தில் அவனது சொல்லுக்குப் பிள்ளைகளிடமோ, பேரப்பிள்ளைகளிடமோ மரியாதை இருக்காது. அவன் மனம் வெதும்பி முடிவில் இறப்பான். எனவே ஞானத்தை அடைந்து, சுதந்திரமாகச் சிந்தித்துச் செயல்பட வேண்டும்.'

இதைக் கேட்ட கருடன், 'பரந்தாமா! ஒருவனது அழிவுக்குப் புலன்கள் எவ்வாறு காரணமாக அமைகின்றன?' என்று கேட்டான். பகவான் அதுபற்றி விரிவாகக் கூறத் தொடங்கினார்.

'கருடனே! ஒருவனது துன்பங்களுக்கும் அழிவுக்கும் புலன்களே காரணமாக அமைகின்றன. இதற்கு எடுத்துக்காட்டாகப் பல நிகழ்ச்சிகளைக் கூறலாம். பார்வையால் வரும் இன்பம், நுகர்வதால் வரும் இன்பம், தொடுவதால் வரும் இன்பம், கேட்பதால் வரும்

இன்பம், சுவைப்பதால் வரும் இன்பம் என்று புலன்களால் வரும் இன்பம் ஒருவனின் அழிவுக்கு முக்கிய காரணமாக உள்ளது.

பார்வையால் வரும் இன்பம் : விட்டில்பூச்சியானது மழைக் காலத்தில் அதிகம் காணப்படும். அவை எரியும் விளக்கைப் பார்த்ததும் அதைப் பழுத்த பழமாக நினைத்து அதன் அருகில் செல்லும். தப்பிக்க வழியில்லாமல் தீயில் விழுந்து அழியும். இது பார்த்தலால் வரும் துன்பமாகும்.

நுகர்தலால் வரும் இன்பம் : மீன்கள் தண்ணீரில் வாழ்கின்றன. அவை தண்ணீரில் உள்ள சிறு புழு, பூச்சி முதலியவற்றை உண்டு வாழும். அந்த மீன்களைப் பிடிக்க வரும் ஒருவன் தனது தூண்டிலில் ஒரு முள்ளை மாட்டி அதில் ஒரு புழுவைக் கோத்து தண்ணீரில் விடுகிறான். புழுவின் நாற்றத்தை நுகரும் மீனானது புழுவைத் தனது வாயால் கவ்வி இழுக்கும். அப்போது, தூண்டிலில் உள்ள முள்ளானது அதன் வாயில் மாட்டிக்கொள்ளும். மீன் பிடிப்பவன் தூண்டிலை இழுக்கும்போது மீன் துடிதுடித்து இறக்கிறது. இதையே நுகர்வதால் வரும் துன்பம் என்று கூறுவார்கள்.

தொடுவதால் வரும் இன்பம் : யானைப்பாகர்கள் யானையைப் பிடிக்க ஏதுவாகப் பள்ளம் தோண்டி வைப்பார்கள். அந்தப் பள்ளத்தின் மேற்புறம் வைக்கோல், குச்சிகள் இவற்றால் மூடி வைப்பார்கள். ஆண்யானை இச்சை கொண்டு பெண் யானையைத் தொடர்ந்து செல்லும்போது, ஏற்கெனவே தோண்டி வைக்கப் பட்டுள்ள பள்ளத்தில் விழும். அந்த யானை ஸ்பரிச இன்பத்தால் - அதாவது தொடு இன்பத்தால் மாட்டிக்கொண்டது. இது தொடுவதால் வரும் துன்பமாகும்.

கேட்பதால் வரும் இன்பம் : இனிமையான புல்லாங்குழலின் இசை கேட்கிறது. புள்ளிமான் அந்த இசையைக் கேட்டு மயங்கியபடிதான் இருக்கும் இடத்திலேயே அசையாமல் நின்றுவிடும். அங்குவரும் வேடன் எளிதாக மானைப் பிடித்து விடுவான். அந்தப் புள்ளிமான் காதால் கேட்பதால் வரும் இன்பத்தால் மாட்டிக்கொண்டது. கேட்பதால் விளையும் துன்பம் இதுவாகும்.

சுவைப்பதால் வரும் இன்பம் : தேனீக்களுக்குத் தேனை சுவைப்பதில் தனி இன்பம் உண்டு. அவை பூக்களில் அமர்ந்து

அதனுள் இருக்கும் தேனை எடுத்துக்கொண்டு வந்து தங்கள் கூட்டில் வைத்திருக்கும். அங்கு வரும் வேடர்கள் நெருப்பால் சுட்டு அந்த தேனீக்களை விரட்டியும் கொன்றும் தேனை எடுப்பார்கள். தேனின் சுவை மீது தேனீக்கள் கொண்ட ஆசையே அவற்றுக்குத் துன்பமாக மாறிவிட்டன.

எனவே ஒவ்வொரு உயிரும் கெடுவதற்கும் அழிவதற்கும் புலன்களே காரணமாக இருக்கின்றன. மனிதனுக்குப் புலன்களால் வரும் துன்பங்களே அதிகம். இல்லறத்தில் சுகபோகங்களில் மூழ்கிக்கிடக்கும் மனிதன் தன் மனைவி, குடும்பம், பிள்ளைகள் என்று வாழ்வதில் ஒரு வரைமுறை உண்டு. பந்தபாசம் மனிதனை நிம்மதியில்லாமல் செய்துவிடுகிறது. மனிதனுக்கு மரணம் எப்போது வரும் என்று யாராலும் கணிக்க முடியாது. குழந்தை, வாலிபன், வயோதிகன் என்ற பாகுபாடு இன்றி யாருக்கும் எப்போதும் இறப்பு நிகழலாம். ஆனால் மனிதன், காலன் ஒருவன் இருக்கிறான் என்பதையும் அவன் ஒரு நாள் வருவான் என்பதையும் மறந்து விடுகிறான்.

மனிதன் ஆசை காரணமாகப் பொய்சொல்கிறான். ஏமாற்றுகிறான். வழிப்பறி செய்கிறான். பிறர் சொத்தை ஏமாற்றி அபகரிக்கிறான். கொலை செய்கிறான். இப்படிப் பல கொடிய செயல்களைச் செய்யும் மனிதன் துன்பப்பட்டு யாரிடமும் சொல்லாமல் ஒரு நாள் இறந்துவிடுகிறான். அவன் உடல் மண்ணில் புதைந்து விடுகிறது, அல்லது தீயில் எரிந்து விடுகிறது. மனிதன் தனியாகவே பிறக்கிறான், தனியாகவே இறக்கிறான்.

ஒருவன் தவறான வழியில் சேர்க்கும் பொருளை மனைவி, மக்களும், உற்றார் உறவினரும் அனுபவிப்பார்கள். ஆனால், அவனது பாவத்தில் அவர்களுக்குப் பங்கில்லை. தவறான வழியில் பொருள் ஈட்டியவன் நரகத்தை அடைவான். அவனோடு அவன் ஈட்டிய பொருளோ, மனைவியோ, பிள்ளைகளோ, உற்றார் உறவினர்களோ கூடவரமாட்டார்கள். நல்வினை, தீவினை மட்டுமே அவனுடன் கூட வரும். மற்றவையெல்லாம் வீட்டிலேயே தங்கிவிடும். மனைவி வாசல் வரை வருவாள். பிள்ளை மயானம் வரை வருவான். அதோடு அவர்களின் பங்கு முடிந்து விடுகிறது.

ஒருவனிடம் இருக்கும் பொருள் பிறருக்குப் பயன்பட வேண்டும். தானம் செய்யவேண்டும். தீர்த்தயாத்திரை, திருத்தல யாத்திரை செல்ல வேண்டும்.

போனபிறவியில் தான, தருமம் செய்தவன் அடுத்த பிறவியில் பாக்கியசாலியாக இருந்து சுகவாழ்வு வாழ்வான். அந்தப் பிறவியிலும் தான தருமங்கள் செய்தால் அடுத்த பிறவியில் செல்வந்தனாகப் பிறப்பான். ஆனால் தானதர்மத்தைப் பக்தியுடன் செய்யவேண்டும். அக்கறையுடன் செய்ய வேண்டும். அவ்வாறு செய்துவந்தால் கேட்டது கிடைக்கும். நினைப்பது நிறைவேறும்.

தானதர்மங்களைப் பக்தி சிரத்தையுடன் செய்யாவிட்டால் பலன் இல்லை. முனிவர்கள் தங்களிடம் பொருள் இல்லாத நிலையிலும் அறவழியில் நின்று உலக நன்மைக்காகப் பாடுபடுவார்கள். வசதி இல்லாதவர்கள், தானதர்மம் செய்யாவிட்டாலும் பரவாயில்லை. திருத்தொண்டுகளைச் செய்து வரலாம்.

இவ்வாறு நல்ல செயல்களைச் செய்து வருபவர்கள் வைகுண்ட லோகத்தை அடைவார்கள்.

இப்போது கருடன் மேலும் சில கேள்விகளைக் கேட்க நினைக்கிறான்.

கருட புராணம்

4. தானம், தகுதி, பிரேத ஜன்மம்

தானம் செய்வதைப் பற்றி பகவான் சொல்ல கருடன் அவரிடம் 'பகவானே! தானம் செய்யும் முறைகள் யாவை? தானத்தைக் கொடுப்பவன் என்னென்ன தகுதிகளைப் பெற்றிருக்கவேண்டும்? தானம் பெறுபவன் எப்படிப்பட்டவனாக இருக்க வேண்டும்? தானம் செய்வதற்கு ஏற்ற பொருள்கள் யாவை?' என்று கேட்டான்.

பகவான் கருடனைப் பார்த்துப் புன்னகை செய்தபடி பதில் அளித்தார். 'கருடனே! எந்த ஒரு செயலுக்கும் மனத்தூய்மை அவசியம். நாம் கொடுக்கும் முறையில் வேறுபாடு உண்டு. யாராவது ஒருவர் கேட்டு நாம் அளிக்கும் பொருளுக்குத் தருமம் என்று பெயர். நாமாக முன்வந்து கொடுப்பதற்குத் தானம் என்று பெயர். நாம் வாழும் காலத்தில் ஒருவருக்குத் தானம் செய்வதே சிறந்தது.

அவ்வாறு தானம் செய்ய முடிவுசெய்தால் கோதானமே சிறந்தது. கோதானம் என்பது பசுக்களைத் தானமாகக் கொடுத்தலாகும். வாழும் காலத்தில் ஒரு முறையாவது கோதானம் செய்ய வேண்டும். இறந்த பிறகு எத்தனை பசுக்களைத் தானமாகக் கொடுத்தாலும் பயனில்லை. தானம் கொடுப்பதற்கும் தானம் பெறுபவருக்கும் எனச் சில தகுதிகள் உள்ளன.

நரகத்தை நிச்சயிப்பது நாங்கள்

தண்டனையின் பெயர் : கும்பிபாகம்

சுவையான உணவுக்காக, வாயில்லா உயிர்களை வதைத்தும் கொன்றும் பலவிதங்களில் கொடுமைப் படுத்தும் பாவிகள் அடையும் நரகமிது. எரியும் அடுப்பில் வைக்கப்பட்டுள்ள எண்ணெய்க்கொப்பறையில் போட்டு, எமதூதர்கள் பாவிகளைத் துன்புறுத்துவார்கள்.

தானம் கொடுப்பவர் ஆழ்ந்த பக்தி உடையவராக இருக்க வேண்டும். சுத்தமான மனத்துடன் தானம் செய்ய வேண்டும். எந்தப் பிரதி பலனையும் எதிர்பார்க்காமல் தானம் செய்தல் வேண்டும். தானத்துக்காக ஈட்டிய பொருள் நல்ல வழியில் சேர்த்த பொருளாக இருக்க வேண்டும்.

அதுபோல தானம் பெறுவதற்கான தகுதிகளும் உண்டு. தானம் பெறுபவர் நல்குணம் உடையவராகவும் நல்லொழுக்கம் உடைய வராகவும் இருக்க வேண்டும். ஒருவர் நல்ல குணம் உடையவராக இருந்தால் மட்டுமே, அவர் குற்றமற்றவராக இருக்க முடியும்.

அப்படியில்லாமல் தகுதியற்றவன் தானத்தைப் பெற்றால் அவன் நரகத்தையே அடைவான். தானம் கொடுப்பவனும் தான் விரும்பிய பலனை அடைய முடியாது. தானத்தை ஒருவருக்கு மட்டுமே வழங்க வேண்டும். ஒரு பொருளைக் கொடுத்து அனைவரும் பங்கு பிரித்துக்கொள்ளுங்கள் என்று கொடுக்கக்கூடாது. ஒவ்வொரு வருக்கும் தனித் தனியாக இயன்றால் வழங்கலாம். இல்லையெனில் ஒருவருக்கு மட்டும் வழங்கவேண்டும்.

பசுவுக்குப் பதில் சிறிதளவு பணத்தைக் கொடுப்பதும் தவறு.

நமது ஆயுட்காலம் எவ்வளவு என்பது நமக்கும் தெரியாது. நம்மைச் சுற்றி இருப்பவர்களுக்கும் தெரியாது. எனவே உடம்பில் தெம்பு இருக்கும் காலத்திலேயே தானத்தைச் செய்துவிடுவது நல்லது. வாரிசு இல்லாதவர்களும் தானம் செய்தால் புத்திரபாக்கியம் இல்லாத நிலையிலும் மோட்சம் கிட்டும்.

அடுத்து, தானம் செய்வதற்கு என உரியமுறைகள் உள்ளன. அதற்கு என புண்ணிய காலங்களும் உள்ளன. கார்த்திகை மாதத்தில் உத்திராயண புண்ணிய காலத்தில், சுக்கில பட்சத்தில் (வளர் பிறையில்) பௌர்ணமி திதியில் தானம் செய்யலாம். அல்லது கிருஷ்ணபட்சத்தில் (தேய்பிறையில்) துவாதன திதியில் தானம் செய்யலாம்.

முதலில் அந்தணர்களை அழைத்து வந்து அவர்களுக்குத் தக்க மரியாதை செய்து தூய்மையான ஒரு ஆசனத்தில் அமரச் செய்ய வேண்டும். பின்னர் அவர்கள் மூலமாக ஆச்சமனியம், பிராணாயாமம், சங்கல்பம் முதலியவற்றைச் செய்ய வேண்டும்.

பின்னர் நவக்கிரகங்களைப் பூஜிக்க வேண்டும். மாதூர் தேவதை களைத் துதித்து அர்ச்சிக்க வேண்டும். பின்னர் பூர்ணாஹூதி கொடுக்க வேண்டும்.

பின்னர் மகாவிஷ்ணுவைக் குறித்துச் சிரார்த்தம் செய்யவேண்டும் (திவசம் செய்ய வேண்டும்). கும்பத்தில் உள்ள நீரால் பசுவின் கன்று ஒன்றை நீராட்டிச் கொம்பில் துணியைச் சுற்றிக் கழுத்தில் மலர் மாலையை அணிவிக்க வேண்டும். பின்னர் வேறு நான்கு பசுக்கன்றுகளுடன் இந்தக் கன்றை ஹோம அக்கினியை வலம்வரச் செய்யவேண்டும்.

பின்பு அந்த கன்றின் முன்பு நின்றுகொண்டு, (வடக்கு நோக்கி நிற்க வேண்டும்).

'ரிஷபக்கன்றே, நீதான் தருமம் ஆனாய். நீயே ஆதியில் பிரம்மனால் படைக்கப்பட்டாய்' என்று சொல்லி இறந்த தனது முன்னோருக்கான தானத்தைச் செய்ய வேண்டும்.

தனக்காகத் தானம் செய்தால் அதற்கான மந்திரத்தைச் சொல்லி, புனித நீரை அந்தக் கன்றின் வாயில் விட்டு, அந்த நீரைத் தன் கரத்தால் ஏந்தி அதைத் தன் தலையில் தெளித்துக் கொள்ள வேண்டும். பின்னர் மற்ற கன்றுகளோடு அந்தக் கன்றையும் விட்டுவிட வேண்டும்.

இந்தத் தானத்தைத் தனக்காகச் செய்தால் சிரார்த்தம் (திவசம்) செய்ய வேண்டிய அவசியமில்லை. இறந்தவரின் பொருட்டு இந்தத் தானத்தைச் செய்தால் அதன் பின்னர் ஏகாதிஷ்ட திவசத்தைச் செய்ய வேண்டும். தனக்குப் பிடித்தமான பொருள்களைத் தானம் செய்வது உத்தமம். இதன் மூலம் பிரேத ஜென்மம் ஏற்படுவதைத் தடுக்கலாம்.

இறந்தவருக்கான சடங்குகள், காரியங்கள் ஆகியவை பல உள்ளன. இந்த நாளில் செய்ய வேண்டிய தானங்களும் உள்ளன. ஒருவர் இறந்த பதினோராம் நாளில் இருந்து இச்சடங்குகள் தொடங்குகின்றன. பதினோராம் நாள் சடங்கை எக்காரணம் கொண்டும் செய்யாமல் விட்டுவிடக்கூடாது. பதினோராம் நாள் சடங்குக்கு 'சோடகச் சிரார்த்தம்' (திவசம்) என்று பெயர்.

பன்னிரண்டாம் நாள் செய்ய வேண்டிய காரியங்களுக்கு 'சபிண்டி கரணம்' என்ற பெயர். சோடகச் சிரார்த்தத்தின்போது செம்பினால்

ஆன வட்டிலை எடுத்து அதில் சாளக்கிராமத்தை வைத்து அதைப் புதிய துணிகளால் அலங்கரித்து மந்திரம், பூஜை ஆகியவற்றைச் செய்து வேதத்தை நன்கறிந்த பிராமணனுக்குத் தானம் செய்ய வேண்டும்.

வேறு சில முறைகளிலும் தானங்களைச் செய்யலாம். எள், உப்பு, இரும்பு, பொன், பருத்தி ஆடை முதலிய பொருட்களையும் தானம் செய்யலாம். தன்னால் முடிந்த பொருளை மட்டும் தானமாகக் கொடுத்தால் போதும். தானம் கொடுப்பதற்கு முன்பாக தானம் பெற வரும் அந்தணனை தக்க மரியாதையுடன், ஒரு சுத்தமான ஆசனத் தில் அமர்த்தவேண்டும். தானத்துடன் தட்சணையையும் மறக்காமல் கொடுக்க வேண்டும்.

இதைத் தவிர, க்ஷேத்திராடனம் செய்ய வேண்டும். ஒருவன் தனது வாழ்நாளில் காசி, கயா போன்ற புனிதத்தலங்களுக்குச் சென்று வர வேண்டும். தானம் செய்வதற்கு வாரிசு இல்லையென்றால் பேரன் தாத்தாவுக்காகத் தானம் செய்யலாம். இறந்த ஒருவர் பிரேத ஜென்மம் அடையாமல் இருக்க கர்ம காரியங்களை விடாமல் முறையாக, முழு ஈடுபாட்டுடன் செய்ய வேண்டும்.

சிறந்த பெற்றோருக்காகக் கர்ம காரியங்களை வரிசையாக ஒவ்வொரு நாளுக்கும் உரிய விதத்தில் செய்யவேண்டும். பதினோராம் நாள் காரியம் செய்து அதன்பிறகு பன்னிரண்டாம் நாள் காரியம் செய்யவேண்டும். தந்தை இறந்த பத்து நாள்களுக்குள் தாயார் இறந்துவிட்டால் அதற்கு எனதனி விதிமுறைகள் உள்ளன. முதலில் தந்தையின் பதினோராம் நாள் காரியத்தைச் செய்து விடவேண்டும். பின்னர் தாயின் பதினோராம் நாள் மற்றும் பன்னிரண்டாம் நாள் காரியங்களைச் செய்து முடித்த பின்னர் தந்தையின் பன்னிரண்டாம் நாள் காரியத்தைச் செய்யவேண்டும்.

இறந்த ஒருவருடைய பதினோராம் நாள் காரியத்தை எக்காரணம் கொண்டும் நிறுத்தக்கூடாது.

முதல் ஒரு வருடத்துக்கு ஒவ்வொரு மாதத்திலும் இறந்தவருக்குத் திதியன்று திவசம் செய்ய வேண்டும். இதற்கு 'மாசியம்' என்று பெயர். இவ்வாறு பன்னிரண்டு மாசியங்கள் செய்தபிறகு வருஷாத்தியம் என்று சொல்லப்படும் முதல் வருட சிரார்த்தத்தைச்

செய்யவேண்டும். பிறகு ஆண்டு தோறும் திதிவரும் நாளில் பெற்றோருக்குத் திவசம் செய்யவேண்டும். இவ்வாறு விடாமல் கர்மகாரியங்களைச் செய்து, அந்தணனுக்குத் தானங்கள் செய்தால் இறந்தவன் பிரேத ஜென்மம் அடையமாட்டான்.

அதன்பிறகு முனிவர்கள், யோகிகள், அவதார புருஷர்கள், துறவிகள் ஆகியோர் அடையும் புண்ணிய லோகத்தை அடைவான்' இவ்வாறு கூறிய பரந்தாமன்.

'மேலும் ஏதாவது கேட்க விரும்புகிறாயா கருடா?' என்று கேட்டார்.

கருடன் கேட்கத் தயாரானான்.

5. எமபுரியின் தூரம் எண்பத்தாறாயிரம் காதம்!

கருடன் பகவான் நாராயணனைப் பார்த்து, 'பகவானே! தானத்தைப் பற்றி விரிவாக எடுத்துரைத்தீர்கள். எனக்கு மேலும் பல விவரங் களைக் கூறவேண்டும். மனிதன் இறந்த பிறகு எங்கு செல்கிறான்? அவன் செல்லும் உலகத்தின் பெயர் என்ன? அந்த உலகம் எத்தகைய அமைப்பை உடையது? அந்த உலகம் இங்கிருந்து எவ்வளவு தூரம் உடையது? இந்த விவரங்களைத் தயவுசெய்து கூறி அருள வேண்டும்?' என்றான்.

பரந்தாமன் யமலோகம் பற்றி கூறத்தொடங்கினார். 'கருடனே! மனிதர்கள் வாழும் பூமிக்கும் யமலோகத்துக்கும் இடையே உள்ள தூரம் எண்பத்தாறாயிரம் காதம் ஆகும். அங்கு யமதர்மன் இருப்பான். அவனுக்குத் கூற்றுவன் என்ற பெயரும் உண்டு. அவனுக்குத் தூதுவர்களும் உண்டு. எமன் அஞ்சத்தக்க உருவத்தை உடையவன். அவனது தூதுவர்களும் அவ்வாறே இருப்பார்கள். அவர்கள் கறுப்பு நிற ஆடைகளை உடுத்தி இருப்பார்கள். முகத்தில் கோபக்கனலை உடையவர்களாகவும் இருப்பார்கள். மேலும் பாசம் முதலிய ஆயுதங்களைத் தரித்திருப்பார்கள். இந்த எமதூதர்கள்தான் ஒருவனது ஆயுள் முடிவடைந்தவுடன் அவனை சூட்சும உருவத்தில் எமன் முன்பு கொண்டுவந்து நிறுத்துவார்கள்.

நரகத்தை நிச்சயிப்பது நாங்கள்

தண்டனையின் பெயர் : காலசூத்திரம்

பெரியோர்களையும் பெற்றோர்களையும் அடித்து அவமதித்தும், துன்புறுத்தியும் பட்டினி போட்டும் வதைத்த பாவிகள் செல்லும் நரகம் இதுவாகும். இங்கு அதே முறையில் அடி, உதை, பட்டினி என்று அவர்கள் வதைக்கபடுவது உறுதி.

எமதர்மன் தனது தூதர்களைப் பார்த்து, 'இந்த ஜீவனை மீண்டும் அவன் இருந்த இடத்துக்கே கொண்டுபோய் விட்டுவிட்டு வாருங்கள். இன்றிலிருந்து பன்னிரண்டாம் நாள் முடிந்த பின்னர் மீண்டும் இங்கே கொண்டு வாருங்கள்' என்று கட்டளை இடுவான். தூதர்களும் ஒரு நொடிப்பொழுதுக்குள் கொண்டுபோய் அந்த ஜீவனை அவனது இல்லத்தில் விட்டுவிடுவார்கள்.

இவ்வாறு ஜீவனானது யமலோகம் சென்று, மீண்டும் திரும்ப வருவதால் இறந்தவனை உடனே எரிக்கவோ, புதைக்கவோ செய்தல் கூடாது. சிறிது நேரம் கழிந்த பின்னரே அவ்வாறு செய்ய வேண்டும். எமதூதர்கள் பாசத்தால் கட்டியிருப்பார்கள். அதை அவிழ்த்துவிட்ட வுடன் சூட்சம உருவில் உள்ள அந்த உயிர் தன் உடல் வைக்கப் பட்டிருக்கும் சுடுகாட்டுக்குச் செல்லும். தன் உடலுக்குள் புகமுடியாமல் தவிக்கும்.

தன் உடலுக்கு உற்றார் தீ வைக்கும்போது, சிதைக்குப் பத்து முழ உயரத்தில் ஆவி வடிவில் நின்று 'ஐயோ' என்று ஓலமிட்டு அழும். அந்த ஜீவன் புண்ணிய ஆத்மாவாக இருந்தால் 'இந்த உடல் எரிந்து சாம்பலாவதே நல்லது' என்று நினைத்து மகிழ்ச்சி அடையும். ஒரு ஜீவனின் உடலானது தலை முதல் கால் வரை தீயில் எரிந்து சாம்பலாதல் அவசியம். அதுவரை அந்த ஜீவனுக்கு உடல், பொருள், உறவு ஆகியவற்றின் மீது பற்று இருக்கும். உடல் எரிந்து சாம்பலானவுடன் பற்றானது நீங்கிவிடும்.

அப்போது இறந்தவனுக்குப் பிண்டத்தால் ஆன சரீரம் உண்டாகும். இறந்தவனுக்குப் பத்து நாட்களும் பிண்டம் போட வேண்டும். இறந்தவனுடைய மகன் மேற்படி பிண்டம் போட தகுதி படைத்தவன். அந்த மகன் ஒவ்வொரு நாளும் போடும் பிண்டத்தால் ஜீவனுக்கு ஒவ்வொரு உடல் உறுப்புகளும் வரிசையாக உண்டாகும்.

முதல் நாள் போடும் பிண்டத்தால் தலை உண்டாகும். இரண்டாம் நாள் போடும் பிண்டத்தால் கழுத்தும், மூன்றாம் நாள் போடும் பிண்டத்தால் மார்பும், நான்காம் நாள் போடும் பிண்டத்தால் வயிறும், ஐந்தாம் நாள் போடும் பிண்டத்தால் உந்தியும், ஆறாம் நாள் போடும் பிண்டத்தால் பின்பாகமும், ஏழாம் போடும் பிண்டத்தால் குய்யமும், எட்டாம் நாள் போடும் பிண்டத்தால் தொடைகளும், ஒன்பதாம் நாள் போடும் பிண்டத்தால் கால்களும், பத்தாம் நாள் போடும் பிண்டத்தால் உடல் முழுவதும் உண்டாகும்.

இவ்வாறு பிண்டத்தால் சரீரம் உண்டானாலும் பேச இயலாது. வீட்டுக்கு வெளியே நின்று வீட்டில் உள்ள தன்னைச் சேர்ந்தவர் களையும் வீட்டுக்கு வந்து செல்கிறவர்களையும் பார்த்து ஏங்கும். பசியாலும் தாகத்தாலும் அலறிக்கொண்டு இருக்கும். வருத்தத்துடன் செய்வதறியாது திகைத்து நிற்கும்.

தன்னுடைய புத்திரன் பதினோராம் நாளிலும் பன்னிரண்டாம் நாளிலும் பிராண முகமாக கொடுக்கப்பட்டவற்றை உண்டு, பதின்மூன்றாம் நாளில் வரும் யமதூதர்களுடன் செல்லும். பாசத்தால் கட்டப்பட்ட அந்த ஜீவன், எமதூதர்கள் தன்னை இழுத்துச் செல்லும் போது தனது வீட்டையும், சுற்றத்தாரையும் பார்த்துக்கொண்டே செல்லும்.

எமதூதர்களுடன் செல்லும் ஜீவன் பல இடையூறுகளைக் கடந்து செல்ல வேண்டும். இரவும் பகலும் செல்ல வேண்டும். ஒரு நாளைக்கு இருநூற்று நாற்பத்தேழு காத வழி நடந்து செல்ல வேண்டும். வழியில் ஒரு அடர்ந்த காடு காணப்படும். அந்தக் காட்டில் உள்ள இலைகள் கூர்மையான பற்கள் போன்ற அமைப்பை உடையதாக இருக்கும். பாதைகள் கரடுமுரடாக இருக்கும். பசியாலும் தாகத்தாலும் தவிக்கும் ஜீவன் காட்டைக் கடந்து செல்லச் சிரமப்படும்.

அந்த நிலையில் தனது சுற்றத்தாரையும் கடந்த காலத்தையும் நினைத்துப் பார்க்கும். தனக்கு உதவ இனி யாரும் வரமாட்டார்கள் என்பதை உணர்ந்து கொள்ளும். பூமியைத் தவிர வேறு உலகம் உள்ளதையும் உணர்ந்துகொள்ளும். தன் நிலையை நினைத்துப் பலவாறு புலம்பும். 'ஐயோ! வாழும்காலத்தில் நான் யாருக்கும் எந்த தானமும் செய்யவில்லை, பிறரை ஏமாற்றி சொத்து சேர்த்தேன். இப்போது அவை எதுவும் கூடவரவில்லை. பெரியோரைப் பழித்தேன். உறவுகளை அவமதித்தேன். தானம் எதையும் செய்ய வில்லை.

புராணங்களையும் இதிகாசங்களையும் அவமதித்தேன். இறைவன் இருப்பதை மறந்தேன். விரதம் எதையும் நான் கடைப்பிடிக்க வில்லை. இறைவனின் நாமங்களையோ, சரிதங்களையோ காதால் கேட்கவில்லை. நல்ல செயல் என்று எதையும் செய்யவில்லை. தாகம் என்று தவித்து வந்தவர்களுக்குத் தண்ணீர்கூடத் தரவில்லை.

இப்போது எமதூதர்கள் என்னை அடிக்கிறார்கள். துன்புறுத்து கிறார்கள்' என்று ஜீவன் புலம்பும். அவனது ஒவ்வொரு கூக்குரலுக்கும் எமதூதர்கள் துன்புறுத்துவார்கள். மேலும் ஜீவன் தான் வாழ்ந்த காலத்தில் தன்னுடன் இருந்த மனைவி, மகன், மகள், சுற்றத்தார் ஆகியோர் தன்னுடன் இப்போது இல்லையே என அழுது புலம்பும். 'என்னைக் காப்பாற்ற யாரும் இல்லையா?' என்றும் புலம்பும்.

அப்போது எமகிங்கரர்கள் அவன் செய்த தவறுகளைச் சுட்டிக் காட்டுவார்கள். 'மடையனே! நீ பூவுலகில் வாழும் போது எந்த நல்ல காரியத்தையாவது செய்ததுண்டா? தான, தர்மங்களை ஏதாவது செய்தாயா? பிறர் பொருளை ஏமாற்றிப் பெற்றாய். ஆடம்பர வாழ்க்கை வாழ்ந்தாய். உழைப்பவனுக்கு ஊதியம் ஒழுங்காகக் கொடுக்காமல் நீ அவனை ஏமாற்றினாய். உன் மனைவி மக்கள், சுற்றத்தாரை நம்பியிருந்தாயே... இப்போது அவர்களில் யாராவது உனக்குத் துணையாக வருகிறார்களா, இல்லையே! எங்களிடம் நீ படுகிற ஒவ்வொரு அடியும் உனது பாவச்செயல்களுக்கான தண்ட னையே!' என்று கூறிப் பாசத்தாலும் முசலத்தாலும் அடிப்பார்கள்.

கருடா! தீய செயல்கள் புரிபவர்கள் அடையும் கதி இதுதான். இனி கடந்து செல்ல வேண்டிய இடங்களையும் அவற்றின் தன்மை களையும் கூறுகிறேன் கேள்!' என்று கூறித் தொடர்ந்து பகவான் கூறலானார்.

'ஜீவன் ஒவ்வொரு நாளும் ஒவ்வொரு இடத்தை அடைந்து, அங்கிருந்து தொடர்ந்து செல்ல வேண்டும். சிறிது தூரம் காற்றின் வழியாகவும் சிறிது தூரம் புலிகள் நிறைந்த வழியிலும் யமதூதர் களுடன் சென்று ஓரிடத்தில் தங்கி இருக்க வேண்டும். கருடா! ஒவ்வொரு மாதமும் சிரார்த்தம் என்ற மாசிகம் செய்ய வேண்டும் என்று ஏற்கெனவே கூறினேன். இறந்தவனின் மகன் ஒவ்வொரு மாதமும் செய்யும் மாசிகம் காரணமாக ஒவ்வொரு பகுதியையும் வரிசையாக ஜீவன் கடக்க வேண்டும்.

முதலாம் மாதம் செய்யும் சிரார்த்தம் காரணமாக, ஜீவன் முப்பதாம் நாள் 'யாமியம்' என்ற நரகத்தை அடைவான். அங்கே பிரேதங்கள் கூட்டம் கூட்டமாக காணப்படும். அங்கு ஒரு நதியுண்டு. அதற்குப் புண்ணிய பத்திரை என்று பெயர். வடவிருட்சம் என்ற மரமும்

நரகத்தை நிச்சயிப்பது நாங்கள்

தண்டனையின் பெயர் : அசிபத்திரம்

தெய்வ நிந்தனை செய்தவர்களும் தர்மநெறியைவிட்டு அதர்ம நெறியைப் பின்பற்றியவர்களும் அடையும் நரகம் இது. இங்கு பாவிகள் பூதங்களால் துன்புறுத்தப்பட்டு அவதிப்படுவார்கள். இனம் புரியாத ஒரு பயம் உண்டாகும்.

உண்டு. சிறிது நேரம் அங்கிருந்து பிறகு புத்திரன் போடும் இரண்டாவது மாசிகப் பிண்டத்தை உண்டு ஆரண்யத்தின் வழியே செல்ல வேண்டும். அப்போது தூதர்கள் செய்யும் கொடுமையின் காரணமாக ஜீவன் ஓலமிட்டுக் கொண்டே செல்லும்.

அதன் பிறகு மூன்றாம் மாசிகப் பிண்டத்தைப் புசித்துவிட்டுச் சௌரி என்ற நகரத்தை அடைய வேண்டும். அங்கிருந்து செல்லும்போது, கடுமையான குளிரால் ஜீவன் வருந்துவான். அப்போது நான்காவது மாசிகப் பிண்டத்தைப் புசித்துவிட்டு ஜீவன் குரூரபுரம் என்ற பட்டணத்தை அடைவான். அங்க ஐந்தாவது மாசிகப் பிண்டத்தை உண்டு, அங்கிருந்து கிரௌஞ்சன் என்ற நகரை அடைவான். அங்கு ஆறாவது மாசிகப் பிண்டத்தை உண்பான். அங்கு சிறிது நேரம் ஓய்வு எடுத்துக்கொண்ட பிறகு, பயங்கரமான ஒரு பாதையில் செல்ல வேண்டும். அப்போது தனது பூவுலக வாழ்க்கை குறித்து நினைத்துப் பார்த்து ஜீவன் புலம்பும். எமதூதர்கள் மீண்டும் அந்த ஜீவனை நையப் புடைப்பார்கள்.

இவ்வாறு தொடர்ந்து செல்லும்போது அஞ்சத்தக்க பயங்கர உருவம் கொண்ட பத்தாயிரம் படகோட்டிகள் அவன் முன்பு ஓடிவந்து கண்களில் கனல் தெறிக்க அவனைப் பார்த்துக் கேட்பார்கள். 'ஜீவனே, நீ கோதானம் என்ற பசுதானம் செய்து இருக்கிறாயா? அவ்வாறு நீ தானம் செய்திருந்தால், நீ இந்த வைதரணி நதியை எளிதாகக் கடக்க உதவுவோம், இல்லாவிட்டால் உன்னை இந்த நதியில் தள்ளித் துன்புறுத்துவோம்!' என்பார்கள்.

கருடா! இந்த வைதரணி நதி பற்றிக் கூறுகிறேன், கேள். இது நூறு யோசனை நீளமுள்ளது. இது நீருள்ள நதியல்ல. ரத்தமும் சீழும் இதில் காணப்படும். துர்நாற்றம் வீசும். அதில் கொடிய பிராணிகள் காணப்படும். ஒருவன் வாழும் காலத்தில் கோதானம் செய்திருந்தால் இந்த நதிக்கரையில் ஒரு பசு வந்து நிற்கும். அந்தப் பசு அந்த ஜீவனை, வைதரணி நதியைக் கடந்து செல்ல உதவும். அவ்வாறு கோதானம் செய்யாத ஜீவனின் அருகில் அந்த நதிக்கரையில் உள்ள பசு வராது. அந்த ஜீவன் வைதரணி நதியில் நீண்டகாலம் இருந்து தவிக்க வேண்டும்.

எனவே பூவுலகில் வசிக்கும் ஒவ்வொரு மனிதனும் தனது வாழ்நாள் முடிந்து எமனுலகம் செல்லும் வழியில் வைதரணி நதியைக் கடக்க

வேண்டிய நிலை உள்ளதை உணர வேண்டும். எனவே ஒவ்வொரு மனிதனும் வைதரணி கோதானம் என்ற தானத்தைச் செய்ய வேண்டும். அப்படி ஒருவன் கோதானம் செய்யாமல் இறந்துவிட்ட நிலையில் அவனது மகன் அந்தக் கோதானத்தைச் செய்ய வேண்டும். அவ்வாறு செய்தால் மட்டுமே வைதரணி நதியைக் கடக்க முடியும். அவ்வாறு வைதரணி நதியைக் கடந்த பின்னர் ஜீவனானது எமனது சகோதரனான விசித்திரன் என்பவனது நகரத்தை அடையும்.

அங்கு ஆறாம் மாதம் செய்யப்படும் ஊனமாகிய பிண்டத்தை உண்ணும் போது பிசாசுகளின் தொல்லை ஏற்படும். பின்பு அங்கிருந்து அடுத்த நகரை நோக்கிப் பயணம் செய்யும்போது ஏழாம் மாத பிண்டத்தை உண்ணும் போது பிசாசுகள் மீண்டும் மிரட்டும். 'ஏ ஜீவனே! நீ பூமியில் வாழ்ந்த காலத்தில் பசியென்று யாசித்து வந்தவர்களுக்கு எதையும் கொடுக்கவில்லை. அவர்களை இழிவாகப் பேசி விரட்டினாய். இப்போது உனக்கு வரும் மாசிகப் பிண்டங்களை நீ உண்பதற்கு அருகதை அற்றவன். அதைக் கொடு இப்படி' என்று கூறி பிசாசுகள் அதைப் பிடுங்கிச் சென்றுவிடும்.

கருடனே! ஒரு மனிதன், தான் பூவுலகில் வாழும்போது பசி என்று வந்தவர்களுக்கு இல்லை என்று சொல்லாமல் தன்னால் இயன்ற அளவு உதவ வேண்டும். தருமம் கேட்டு வந்தவர்களை இழித்தும் பழித்தும் பேசி விரட்டி அடிப்பது பாவம். அவ்வாறு செய்தவன் இறந்த பிறகு இந்த விசித்திரனது நகரை அடையும்போது ஊன மாசிகப் பிண்டத்தை உண்ண முடியாமல், பிசாசுகளின் கைகளுக்கு அப்பிண்டம் சென்றுவிடும்.

இந்த நிலையில் பசியோடு இருக்கும் ஜீவன் பிசாசுகள் பிடுங்கிச் சென்றது போக சிதறிக் கிடக்கும் மீத உணவை உண்ணும். அது போதுமானதாக இல்லாத நிலையில் பலவாறு புலம்பும்.

'ஐயோ! பூமியில் நான் வசதியாக வாழ்ந்த போது உண்டு கொழுத்து வாழ்ந்தேன். உணவைப் பதுக்கி வைத்தேன். தருமம் கேட்டு வந்தவர்களுக்கு ஒன்றையும் கொடுக்கவில்லை. அதன் பயனை இப்போது அனுபவிக்கிறேன். வழியெங்கும் துன்பப்பட்டேன். பசியும் தாகமும் என்னை வாட்டுகின்றன.

இங்கே எமதூதர்களும் பிசாசுகளும் மட்டுமே உள்ளனர். வேறு ஒருவரும் இல்லை. புராணங்கள் சொல்லும் அறிவுரைகளையும் பெரியவர்கள் சொன்ன அறிவுரைகளையும் நான் கேட்கவில்லை. நிலையற்ற வாழ்வை நிலையானது என்று எண்ணினேன். இப்போது நான் படும் துன்பங்களை யாரிடம் சொல்வேன்' என்று புலம்புவான்.

இதைக் கேட்கும் எமதூதர்கள் அந்த ஜீவனைப் பார்த்து, 'ஏ ! மூடனே ! எல்லாப் பிராணிகளையும்விட மனிதப்பிறவியே சிறந்தது. இப்பிறவி மூலமே 'நல்லது எது? கெட்டது எது?' என்று பகுத்தறிய முடியும். மனிதப்பிறவி மூலமே தான, தர்மங்களைச் செய்ய முடியும். வாழும் காலத்தில் எவ்வளவோ நல்ல செயல்களை செய்திருக்க முடியும்.

அறச்செயல்களைப் பூவுலகிலே மட்டும் செய்ய முடியும். மற்ற உலகங்களில் செய்ய முடியாது. பெரியோரை மதிக்காமை, உழைப்பவனுக்கு உரிய ஊதியம் கொடாமை ஆகிய இது போன்ற செயல்கள், பாவச்செயல்கள் ஆகும். இவற்றை எல்லாம் இறந்த பிறகு உணர்ந்து யாதொரு பயனும் இல்லை' என்று எமதூதர்கள் கூறுவார்கள்.

கருடனே! இன்னும் ஒரு வகை தானம் பற்றிக் கூறுகிறேன். கேள். உதக கும்பம் என்று ஒரு வகை தானம் உள்ளது. இந்த உதக கும்ப தானம் செய்தால் ஜீவன் அந்த உதக கும்ப நீரைப் பருகிச் சிறிதளவு தாகத்தைத் தணித்துக்கொள்ளும் ஏழாம் மாதத்தில் அவ்விடத்தை விட்டு நடந்துசெல்ல வேண்டும். இந்த மாதத்தில் ஜீவனின் மகன் அந்தணர்களுக்கு அன்னதானம் செய்ய வேண்டும்.

அதன் பிறகு அந்த ஜீவன் பக்குவப் பதம் என்ற பட்டினத்தை அடையவேண்டும். அங்கு எட்டாவது மாசிகப் பிண்டத்தை உண்ணும். பின்னர் துக்கதம் என்ற ஊரை அடைய வேண்டும். அவ்விடத்தில் ஒன்பதாவது மாசிகப் பிண்டத்தை உண்டு, அங்கிருந்து நடந்து சென்று நாதக்கிராந்தம் என்ற நகரை அடையும். அங்கு பத்தாவது மாசிகப் பிண்டத்தை ஜீவன் உண்ண வேண்டும்.

அந்த நகரில் கோதானம், அன்னதானம் செய்யாததால் பிரேத ஜென்மம் அடைந்து கூட்டம் கூட்டமாக அநேக ஜீவன்கள் அலறிக் கொண்டிருப்பார்கள். அதைப் பார்த்து அங்கு வரும் இந்த ஜீவனும்

நரகத்தை நிச்சயிப்பது நாங்கள்

தண்டனையின் பெயர் : பன்றி முகம்

குற்றமற்றவரைத் தண்டிப்பது கொடுமையாகும். நீதிக்குப் புறம்பாக அநீதிக்குத் துணைபோவதும் அதர்மமாகும். இந்த நரகத்தில், பன்றிமுகத்துடனும் கூர்மையான பற்களுடனும் ஒரு வகை மிருகம் காணப்படும். அதன் வாயில் அகப்பட்டு, கூர்மையான பற்களால் கடிக்கப்பட்டு பாவிகள் அவதிப்படுவார்கள்.

அலறும். பின்னர் அதப்தம் என்ற ஊரை அடைய வேண்டும். அங்கு பதினொன்றாம் மாசிகப் பிண்டத்தை அவ்விடத்தில் தங்கியுண்டு அங்கிருந்து சீதாப்ரம் என்ற நரகத்தை அடையவேண்டும். அங்கு சீதத்தால் வருந்த வேண்டும்.

சீதத்தால் வருந்தும் ஜீவன் பன்னிரண்டாம் மாத வருஷாப்திப் பிண்டத்தை உண்டு, வைவஸ்வதப்பட்டினம் என்ற நகரை அடையும் முன்பு ஊனாப்திகப் பிண்டத்தை அருந்தி அந்தப் பட்டினத்தை அடையும்.

எனவே வாழும் காலத்தில் இம்மைக்கும் மறுமைக்கும் நலம் பயக்கும் நல்ல செயல்களைச் செய்ய வேண்டும். தானங்களையும் தர்மங்களையும் நிறையச் செய்ய வேண்டும். நாம் சேர்த்து வைக்கும் பாவ புண்ணியங்களே நம்முடன் கூடவரும்.

எமகிங்கரர்களால் துன்பப்படும் ஜீவன் வருந்திப் புலம்பும். இப்போது கூறிய வைவஸ்வதப்பட்டினமே யமபுரியாகும். அந்த யமபுரி நூற்றுநாற்பத்து நான்கு காத வழி அகலமுள்ளதாக இருக்கும். அங்கு கந்தர்வர்களும் அப்சரஸ்களும் இருப்பார்கள். அங்கு மேலும் பல ஆயிரக்கணக்கான பிராணிகளும் காணப்படும்.

ஜீவன்களின் பாவ, புண்ணியங்களை அறிந்து எமதர்மனுக்குத் தெரிவிக்க பன்னிரு சிரவணர்கள் இருப்பார்கள். அவர்களையும் ஆராதிக்க வேண்டும். அவ்வாறு ஆராதித்தால், ஜீவன் எமபுரிக்கு வரும்போது, அவன் செய்த புண்ணியங்களை மட்டும் பன்னிரு சிரவணர்கள் எமனிடன் தெரிவிப்பார்கள்' என்று திருமால் கூறினார்.

இப்போது அடுத்த கேள்வியைக் கேட்டான் கருடன்.

6. பாவிகளைத் தண்டிக்க பன்னிரண்டு பேர்!

கருடன் மகாவிஷ்ணுவை நோக்கி 'பரந்தாமா! பன்னிரு சிரவணர்கள் பற்றிக் கூறினீர்கள். அவர்கள் யார்? அவர்கள் வரலாறு என்ன? எமனுடைய பட்டணத்தில் அவர்கள் என்ன வேலை செய்கிறார்கள்?' என்று கேட்டான். பகவான் பன்னிரு சிரவணர்கள் பற்றிக் கூறலானார்.

'கருடனே! பிரளய காலத்தில் மகாவிஷ்ணு அனைத்து உயிர்களையும் தன்னுள் அடக்கிக்கொண்டு பாற்கடலில் பள்ளி கொண்டிருந்தார். அப்போது அவரது நாபிக் கமலத்தில் இருந்து பிரம்மா தோன்றினார். பிரம்மா பல வருடங்கள் மகாவிஷ்ணுவை நோக்கித் தவமிருந்தார். அதன் மூலம் மகாவிஷ்ணுவின் அருளால் வேதங்களையும் படைப்புத்தொழிலையும் அறிந்து எல்லாவித உயிர்களையும் படைத்தார்.

அனைத்துத் தேவர்களும் அவரவர்க்கு உரிய தொழிலைச் செய்து வந்தனர். அனைவரையும்விட ஆற்றல்மிக்க எமதர்மன் ஜைமினி நகரத்தை அடைந்து ஜீவர்கள் செய்யும் பாவ புண்ணியங்களை அறிய முற்பட்டான். அவனால் அதுபற்றி அறிந்துகொள்ள முடியவில்லை. என்ன செய்வதென்று அறியாமல் திகைத்த எமதர்மன் பிரம்ம தேவனிடம் சென்று முறையிட்டான்.

நரகத்தை நிச்சயிப்பது நாங்கள்

தண்டனையின் பெயர் : அந்தகூபம்

உயிர்களைச் சித்திரவதை செய்தல், கொடுமையாகக் கொலை செய்தல் ஆகிய குற்றங்கள் புரிந்த பாவிகள் அடையும் நரகம் இது. கொடிய மிருகங்கள் கடித்துக் குதறும் நிலை ஏற்படும். விசித்திரமான மாடுகள் கீழே போட்டு மிதித்துத் துன்புறுத்தும்.

'பிரம்மதேவா! உயிர்கள் செய்யும் பாவபுண்ணியங்களை ஆராய்ந்து அதன்படி தண்டிக்கவும் பலனைத் தரவும் முயன்றேன். ஜைமினி நகரத்தில் இருந்துகொண்டு நீண்ட காலம் ஆராய்ந்தும் பூமியில் வாழும் ஜீவர்கள் செய்யும் பாவ புண்ணியங்களை அறிந்துகொள்ள முடியவில்லை. இந்த நிலையில் நான் பாவிகளை எவ்வாறு தண்டிக்க முடியும்? புண்ணிய ஆத்மாக்களுக்கு உரிய பலனை எவ்வாறு தரமுடியும்? ஆகையால் அவற்றை அறிந்துகொள்ள அருள் புரியுமாறு வேண்டுகிறேன்' என்றான் எமதர்மன்.

எமதர்மன் கூறியதைக் கேட்ட பிரம்மன் ஒரு தர்பைப் புல்லை எடுத்து எறிந்தான். அது பன்னிரண்டு புதல்வர்களாக மாறியது. அந்தப் பன்னிரண்டு பேர்களும் நீண்ட கண்களுடன் அழகாகக் காட்சி தந்தனர். பிரம்மா எமதர்மனிடம், 'இந்தப் பன்னிரண்டு சிரவணர்களும் பூவுலகில் உள்ளவர்கள் செய்யும் செயல்களை மனக்கண்ணால் பார்த்து அறியும் சக்தி படைத்தவர்கள். இவர்களின் துணையுடன் உயிர்களின் பாவ புண்ணியங்களை அறிந்து அதற்கு உரிய பலனை அளிப்பாயாக' என்றார்.

எமதர்மன் பிரம்மதேவனை வணங்கி அவரிடம் விடை பெற்றுக் கொண்டு பன்னிரு சிரவணர்களுடன் தென் திசையை அடைந்து, உயிர்கள் செய்யும் பாவ புண்ணியங்களுக்கு ஏற்ப காத்தும் தண்டித்தும் பாரபட்சமற்ற முறையில் தன்னுடைய பணியைச் செய்து வந்தான்.

கருடனே! பூவுலகில் மரித்த ஜீவனை வாயு வடிவில் யமகிங்கரர்கள் எமபுரிக்கு இழுத்துச்செல்வார்கள் என ஏற்கெனவே கூறியுள்ளேன். இந்தச் சிரவணர்கள் யாருக்கெல்லாம் உதவுவார்கள் என்பதைக் கூறுகிறேன் கேள்' என்று கூறி பகவான் தொடர்ந்து கூறலானார்.

'கருடா, நான்கு வகையான புருஷார்த்தங்கள் உள்ளன. அவை அறம், பொருள், இன்பம், வீடு என்பனவாகும். இந்த நான்கு வழிகளில் தர்மம் செய்யும் ஒருவன் தர்மவழியாகவே எந்தவிதத் துன்பமும் இன்றி யமபுரிக்குச் செல்வான். பொன், பொருள் ஆகியவற்றைப் பெரியோருக்கும் சான்றோருக்கும் அறவோருக்கும் வாரிவழங்கிய வர்கள் விமானங்களில் ஏறி யமபுரிக்குச் செல்வார்கள்.

வேண்டியவர்களுக்கு வேண்டியபடி, விரும்பியவற்றை விரும்பிய வாறே கொடுத்தவர்கள் குதிரை மீதேறி யமபுரிக்குச் செல்வார்கள்.

வீடுபேற்றை விரும்பி வேதங்கள், சாஸ்திரங்கள், இதிகாசம், புராணங்கள் ஆகியவற்றை அறிந்து பக்தி செலுத்துபவர்கள் தேவலோக விமானத்தில் ஏறி தேவலோகத்தை அடைவார்கள்.

மேற்கண்ட நான்கு வழிகளையும் பின்பற்றி அறநெறியைப் புறக்கணித்து பாவம் செய்தவர்கள், கால்நடையாகவே செல்ல வேண்டும். வழியில் காடுகளைக் கடக்க வேண்டியிருக்கும். காடுகளில் உள்ள மரங்கள், செடிகள், இலைகள் கூர்மையாக வாளைப் போன்று இருக்கும். பாதையில் உள்ள மரங்கள் சூடாக இருக்கும். அதில் நடந்துசெல்வதால் துன்பம் உண்டாகும்.

கருடனே! இப்போது நான் சிரவணர்களை பூஜிப்பதால் ஏற்படும் பலன்களைப் பற்றிக் கூறுகிறேன் கேள். பூவுலகில் ஒரு மனிதன் சிரவணர்களைப் பக்தியுடன் பூஜித்தால், அவர்கள் அந்த ஜீவனின் பாவங்களைப் பொருட்படுத்தாமல் புண்ணியங்களை மட்டும் எமதர்மனிடம் கூறுவார்கள். சிரவணர்களைப் பூஜிப்பவர்கள் பாவங்களைச் செய்ய மாட்டார்கள்.

சிரவணர்களைப் பூஜிக்கும் முறை: பன்னிரண்டு கலசங்களை எடுத்துக்கொள்ள வேண்டும். அவற்றால் தண்ணீர் இறைக்க வேண்டும். அவற்றில் சாதம் தயார் செய்து, பன்னிரண்டு சிரவணர்களின் பெயரில் அந்தணருக்குத் தானம் செய்ய வேண்டும். அவ்வாறு செய்பவனுக்கு யமலோகத்தில் சிரவணர்கள் உதவி செய்வார்கள்.

கருடா! இந்தச் சிரவணர்களின் வரலாற்றை பக்தியுடன் கேட்டால் பாவங்கள் நீங்கும். புண்ணியம் உண்டாகும்.'

நரகத்தை நிச்சயிப்பது நாங்கள்

தண்டனையின் பெயர் : அக்னி குண்டம்

பிறருக்கு உரிமையான பொருள்களை, தனது வலிமை யாலும் செல்வாக்காலும் அபகரித்து வாழ்ந்த பாவிகள், பலாத்காரமாக தனது காரியங்களை நிறைவேற்றிக் கொள்பவர்கள் இந்த நரகத்தை அடைவார்கள். இங்கு பாவிகள் ஒரு நீண்ட தடியில் மிருகத்தைப்போல் கைகால்கள் கட்டப்பட்ட நிலையில் எரியும் அக்னி குண்டத்தில் வாட்டி எடுக்கப்படுவார்கள்.

கருட புராணம்

7. சித்ரகுப்தன் கணக்கு

சனகாதி முனிவர்களுக்குக் கதை கூறிவரும் சூதமுனிவர் பன்னிரண்டு சிரவணரின் சரிதத்தை விளக்கிக் கூறிய பிறகு, பாவ புண்ணியங்களைப் பற்றியும் தானதருமங்களைப் பற்றியும் விளக்கமாகக் கூறத் தொடங்கினார். மகாவிஷ்ணு கருடனை நோக்கிக் கூறியவற்றைக் கூறலானார்.

திருமால் கருடனைப் பார்த்து 'கருடா! எமலோகத்தில் சித்ரகுப்தன் என்ற கணக்கன் உண்டு. அவன் பன்னிரு சிரவணர்கள் மூலம் உயிர்கள் செய்யும் பாவபுண்ணியங்களை அறிந்து எமதர்மராஜ னிடம் அறிவிப்பான். அதன் அடிப்படையில் எமன் அளிக்கும் உத்தரவுப்படி பாவங்களுக்கான தண்டனையை ஏடுகளைப் புரட்டிப் பார்த்து அறிவிப்பான்.

சித்ரகுப்தன் கூறும் விவரங்களைக் கேட்டு எமதர்மன் தனது கிங்கரர்கள் மூலம் தண்டனைகளை நிறைவேற்றுவான். ஒருவன் எந்த உறுப்பால் தவறு செய்கிறானோ அந்த உறுப்பு மூலமாகவே அதற்கான தண்டனையை அடைய வேண்டும். வாக்கால் செய்த பாவபுண்ணியங்களை வாக்காலும் உடலால் செய்த பாவ புண்ணியங்களை உடலாலும் மனத்தால் செய்த பாவபுண்ணியங் களை மனத்தாலும் அனுபவித்தாக வேண்டும்.

பெரியோர்கள், அடியார்கள், துறவிகள், ஆச்சாரியார்கள், பாகவதர்கள், பௌராணிகர்கள், ஆன்மீக உபதேசம் செய்பவர்கள், ஞானிகள் ஆகியோரை வணங்கி உபசரிக்க வேண்டும். வேதம், இதிகாசம், புராணம் இவற்றைப் பக்தியுடன் படிப்பவர்களாக இருக்க வேண்டும். இத்தகைய செயல்களைச் செய்பவர்களுக்கு நல்ல இசைவான தேகம் உண்டாகும்.

தாசிகளை விரும்புபவர்கள், பிற உயிர்களுக்குத் தீங்கிழைத்தவர்கள், உயிர்க்கொலை செய்தவர்கள் ஆகியோர் கொடூரமான தேகத்தை அடைவார்கள்.

இறைவனின் விக்கிரகங்களுக்குத் தினமும் பூஜைசெய்ய வேண்டும். தியானம் செய்ய வேண்டும். அனைவருக்கும் நன்மையைச் செய்ய வேண்டும். உலக நன்மைக்காகப் பாடுபடவேண்டும். இத்தகையோர் எப்போதும் மகிழ்ச்சியானமனத்துடன் காணப்படுவார்கள். பிறருக்குக் கெடுதல் செய்வதையே வேலையாகக் கொண்டவர்கள் துன்பத்துக்கு ஆளாவார்கள்.

எமபுரிக்குச் செல்லும் பாதை கரடுமுரடானது, துன்பம் நிறைந்தது. அந்தப் பாதையில் செல்லும் போது ஜீவன் படும் துன்பம் பற்றி ஏற்கெனவே விளக்கமாகக் கூறினேன். இந்த விதமான துன்பங்கள் ஏற்படாமல் இருக்கத் தானங்களைச் செய்ய வேண்டும். அது பற்றி விளக்கமாகக் கூறுகிறேன்.

தீபதானம் செய்தால், ஜீவன் செல்லும் வழியில் இருள் விலகி ஒளி உண்டாகும். தடையின்றிச் செல்ல முடியும். கார்த்திகை மாதத்தில் வளர்பிறையில் சதுர்த்தசி திதியில் தீபதானம் செய்ய வேண்டும். ஒருவன் இறந்தது முதல் பதினோரு நாட்கள் பிண்டம் போடுவதனால் ஜீவனுக்கு சூட்சம் உருவம் நன்றாக அமையும்.

தண்ணீர்க் குடத்தைத் தானம் செய்தால் எமதூதர்கள் அந்த ஜீவனைத் துன்புறுத்தமாட்டார்கள். ஜீவனானது பன்னிரண்டாம் நாள் வரை தன் வீட்டுமுன்னால் பசியுடனும் தாகத்துடனும் இருக்கும். எனவே பதினோராம் நாளிலோ அல்லது பன்னிரண்டாம் நாளிலோ தானம் செய்ய வேண்டும்' என்று பகவான் கூற, கருடன் பகவானை நோக்கி கேட்கிறான். 'பெருமாளே, 'பத்தானம்' என்றால் என்ன? அதை எவ்வாறு செய்ய வேண்டும்?' என்று கேட்டான்.

'கருடனே, குடை, ஆடை, மோதிரம், தண்டம், மாரடி, உதக கும்பம், உட்காரும் பலகை, சாதம், பூஜைக்குரிய திரவியங்கள், தாமிரப் பாத்திரம், அரிசி ஆகியவற்றை முறைப்படி வேதம் ஓதும் பிராமணனுக்கு வழங்குவது சிறப்புடையது.

குடைதானம் செய்தால், ஜீவன் எமபுரியை நோக்கிச் செல்லும்போது எமதூதர்கள் குளிர்ச்சி தரும் மரங்கள் நிறைந்த பாதையில் அழைத்துச் செல்வார்கள். ஆடை தானம் செய்தால் எமதூதர்கள் துன்பம் தரமாட்டார்கள். மோதிரம் தானம் செய்தால் பாவங்கள் நீங்கும். மாரடி தானம் செய்தால் பயம் நீங்கும். குதிரை மீதேறி ஜீவன் எமபுரியை நோக்கிச் செல்லும்.

உதககும்ப தானம் செய்தால் ஜீவனது தாகம் தீரும். உட்காரும் பலகையைத் தானம் செய்தால் ஜீவனுக்கு வழியில் இளைப்பாற இடம் கிடைக்கும். தண்டதானம் செய்தால் எமதூதர்கள் ஜீவனை அடிக்கமாட்டார்கள். சாதம், அரிசி போன்றவற்றைத் தானம் செய்தால் ஜீவன் பசியால் வருந்தாது.'

இவ்வாறு கதையைக் கூறிய சூதமுனிவர், கருடன் அடுத்து கேட்ட கேள்விகள் குறித்து விளக்கினார். கருடன் நரகங்களைப் பற்றி பகவானிடம் கேள்விகளைக் கேட்கிறான். பகவான் பதில் கூறுகிறார்.

நரகத்தை நிச்சயிப்பது நாங்கள்

தண்டனையின் பெயர் : வஜ்ர கண்டகம்

சேரக்கூடாத ஆணையோ பெண்ணையோ கூடித் தழுவி மகிழும் காமவெறியர்கள் அடையும் நரகம் வஜ்ர கண்டகம். நெருப்பால் செய்யப்பட்ட பதுமைகளைக் கட்டித்தழுவ ஜீவன்கள் நிர்ப்பந்திக்கப்படுவார்கள். இதனால் உடல் எரிந்து துன்பப்படுவார்கள்.

8. எம சிங்கரர்களும், எண்ணெய் கொப்பறையும்...

கருடன், பகவானிடம், 'பகவானே, நரகங்கள் என்றால் என்ன? அவை எவ்வாறு இருக்கின்றன? எந்த நரகத்துக்கு யார் யார் செல்வார்கள்? அங்கு எவ்வாறு தண்டிப்பார்கள்? அதுபற்றித் தாங்கள் விளக்கமாகக் கூற வேண்டும்' என்று கேட்டான்.

'கருடா! பாவம் செய்தவர்களுக்கு அளிக்கப்படும் தண்டனை மிகவும் துன்பமானது. தண்டனையை அனுபவிக்கும் இடமே நரகமாகும். அந்த நரகங்கள் எண்பத்து நான்கு லட்சம் உள்ளன. அவற்றில் இருபத்தெட்டு நரகங்கள் மிகவும் கொடுமையானவை. அந்த இருபத்தெட்டு நரகங்களை வரிசையாகக் கூறுகிறேன்.

தாமிஸ்ரம், அந்ததாமிஸ்ரம், ரௌரவம், மகாரௌரவம், கும்பிபாகம், காலசூத்திரம், அசிபத்திரம், பன்றிமுகம், அந்தகூபம், கிருமி போஜனம், அக்கினிகுண்டம், வஜ்ரகண்டகம், சான்மலி, வைதரணி, பூயோகம், பிராணயோகம், விசஸவம், லாலாபக்ஷம், சாரமேயா தனம், அவீசி, பரிபாதனம், க்ஷாரகர்த்தமம், ரக்ஷோகணம், சூலப்ரோகம், குந்தசூதம், வடாரோகம், பர்யாவர்த்தனம், சுசீமுகம் என்ற இருபத்தெட்டு நரகங்களும் மிகவும் கொடியவை.

9. பிரேத ஜென்மத்தின் கதை

நரகங்களின் வகைகளைப் பற்றிக் கேட்டறிந்த கருடாழ்வார், பகவானைப் பார்த்து 'பகவானே! பிரேத ஜென்மத்தை யார் அடைவார்கள்? பிரேத ஜென்மம் அடைந்தவன் வசிக்கும் இடம் எது? அவன் உண்ணும் உணவு எது என்பது பற்றி விளக்கமாகக் கூறவேண்டும்' என்றார். பகவான் பிரேத ஜென்மம் எடுப்பது பற்றிக் கூறத் தொடங்கினார்.

'ஊருக்குப் பயன்படுவதற்காக ஒருவன் கிணறு, குளம், ஏரி முதலியவற்றை வெட்டி வைத்திருப்பான். அவன் இறந்த பிறகு அவனுக்குப் பின்னர் வந்தவன் அவற்றை விற்றுவிடுவான் அல்லது அவற்றை மூடிவிடுவான். அவ்வாறு செய்தவன் நிச்சயம் பிரேத ஜென்மம் அடைவான். இந்த ஏரி, குளம், கிணறு இவற்றை உண்டாக்கியவனே விற்றாலோ அல்லது அழித்தாலோ அவனும் பிரேத ஜென்மம் அடைவான்.

அடுத்தவருக்குச் சொந்தமான நிலத்தை அபகரித்தவனும் கிணறு, குளம், ஆகியவற்றை மூடி தன் நிலத்துடன் சேர்த்துக் கொண்டவனும் பிரேத ஜென்மம் அடைவான். இயற்கைக்கு மாறாகத் துர்மரணம் அடைந்தவனும் பிரேத ஜென்மத்துடன் அலைவான். இனித் துர்மரணங்கள் எவை என்று விளக்கிக் கூறுகிறேன்.

துர்மரணங்கள்:

தூக்குப்போட்டுத் தற்கொலை செய்துகொண்டவன், விஷம் குடித்து இறந்தவன், கொடிய மிருகங்களால் கொல்லப்பட்டவன், சண்டாளனால் கொல்லப்பட்டவன், இடிவிழுந்து இறந்தவன், ஆயுதங்களால் கொல்லப்பட்டவன், தீயில் விழுந்து இறந்தவன், தன் மீதே தீ வைத்துக்கொண்டு இறந்தவன், வாரிசு இல்லாமல் இறந்தவன், தன்னைப் பெற்ற தாய், தந்தை இருவருக்கும் உரிய கருமங்களைச் செய்யாமல் இறந்தவன், வெளியிடங்களில் அனாதைபோல இறந்தவன், திருடனால் கொல்லப்பட்டவன் ஆகியோரும் பிரேத ஜென்மம் அடைவார்கள்.

ஒருவன் அந்தணரைக் கொன்றாலும் பசுவைக் கொன்றாலும் பிரேத ஜென்மம் உண்டாகும், போதைப்பொருளை உட்கொண்டாலும் குருவின் மனைவியுடன் கூடினாலும் பிறருக்குச் சொந்தமான தங்கத்தைத் திருடினாலும் பிரேத ஜென்மம் உண்டாகும்.

ஒரு நீதிபதி உண்மைக்கும் நேர்மைக்கும் எதிராகத் தீர்ப்பு வழங்கினாலும் பிரேத ஜென்மம் உண்டாகும். மலை மீதிருந்து விழுந்து இறந்தாலும் அல்லது இடிபாடுகளில் சிக்கி இறந்தாலும் அவனுக்குப் பிரேத ஜென்மம் உண்டாகும். தெய்வத்தை நிந்தித்தவனும் இறைநாமத்தைச் சொல்லாதவனும் தீட்டுடன் இருந்த பெண்களைத் தொட்டபின் குளிக்காதவனும் இறந்தபின் பிரேத ஜென்மத்தை அடைவார்கள்.

நீங்க வழி: ஒவ்வொருவரும் தாங்கள் இறப்பதற்கு முன்பாகவே தானதர்மங்களைச் செய்யவேண்டும். ஐந்து வயதுக்கு மேற்பட்ட யார் இறந்தாலும் கர்மம் செய்பவன் தானங்களைச் செய்யவேண்டும்.

பிரேத ஜென்மம் எடுத்தவனின் செயல்கள்: ஒருவன் பிரேத ஜென்மம் எடுத்தால் பயங்கரத் தோற்றத்துடன் இருப்பான். தனக்குக் கருமங்களைச் செய்யாதவர்களை மிரட்டுவான். கெடுதல்களைச் செய்வான். பித்ருக்களுக்கு அளித்த உணவை பிடுங்கித் தின்பான். பிரேத ஜென்மம் எடுத்தவன் கொடிய பாலைவனத்தில் வசிப்பான். பசி என்றும் தாகம் என்றும் அலைவான். சுற்றத்தாருக்கும் வாரிசுகளுக்கும் தொல்லை கொடுத்துக் கொண்டே இருப்பான்.

மேலும் பிரேத ஜென்மம் எடுத்தவன் சிரார்த்த (திவசம்) தினத்தன்று வீட்டுக்குள் வரும் பித்ருக்களை உள்ளே வர விடாமல் தடுத்து விரட்டுவான். பித்ருக்களுக்கு அளிக்கப்படும் சிரார்த்த உணவைப் பிடுங்கி அவனே உண்பான். வீட்டில் உள்ள பொருள்களை யாரையும் பயன்படுத்த விடமாட்டான். பிறருக்கும் கொடுக்கவிடமாட்டான். வீணாகும்படி செய்வான்.

தன்னுடைய மகளுக்குப் பிள்ளைகள் பிறக்காமல் இருக்கும்படி செய்வான். தனது வம்சத்தைத் தானே அழிக்க முயற்சி செய்வான். தனது பிள்ளைகளுக்குப் பலவித வியாதிகளை உண்டாக்கித் துன்பப் படுத்துவான். தன் பிள்ளைகள் துப்பிய எச்சிலை உண்பான். மேலும் தனது வாரிசுகளைத் தவறான செயல்களில் ஈடுபடும்படி செய்வான்.

பெரியோரை நிந்தித்தல், தெய்வத்தை இகழச்செய்தல், குடிப் பழக்கத்துக்கு அடிமையாக்குதல், பெண்பிள்ளைகளை அதிகம் பிறக்கச்செய்தல், சுற்றத்தாரோடு சண்டை இடச் செய்தல், உபவாசம் இருக்க விடாமல் செய்தல், நண்பர்களை விரோதிக்கச் செய்தல், கொலைசெய்யத் தூண்டுதல், விளை பொருள்களை அனுபவிக்க விடாமல் செய்தல், தாழ்ந்த நிலையில் உள்ள பெண்ணைத் திருமணம் செய்யத் தூண்டுதல், இழிதொழிலைச் செய்ய வைத்தல், தைரியம் இழக்கச் செய்தல், பொய்பேசச் செய்தல் ஆகியவை முக்கியமாக பிரேத ஜென்மம் அடைந்தவன் செய்யும் செயலாகும்.

மேலும் புராண இதிகாசங்களை இகழச்செய்தல், பிதுர் கர்ம காரியங் களைத் தடுத்தல், முகத்தோற்றத்தை மாறச்செய்தல், மனைவியைப் பிரிந்து செய்ய வைத்தல், சண்டை சச்சரவு உண்டாக்குதல் போன்ற பல துன்பங்களைப் பிரேத ஜென்மம் எடுத்தவன் தன் சுற்றத்தாருக்குச் செய்வான்.'

கருடன், பகவானிடம் மேலும் பல கேள்விகளைக் கேட்கிறான்.

'பெருமாளே, பிரேத ஜென்மம் பற்றி விளக்கமாகக் கூறினீர்கள். இவ்வாறு பிரேத ஜென்மம் அடைந்தவன் பற்றிய வரலாறு ஏதேனும் உள்ளதா?' என்று கேட்டான். பகவான் கருடனைப் பார்த்து, 'கருடனே, பிரேத ஜென்மம் அடைந்த ஒருவனது வரலாறைக் கூறுகிறேன் கேள்' என்று ஆரம்பித்தார்.

'திரேதாயுகத்தில் மஹோதயம் என்ற ஒரு நகரம் இருந்தது. அதை பப்ருகுவாகனன் என்ற அரசன் ஆண்டு வந்தான். அவன் நீதி வழுவாது ஆட்சி புரிந்து வந்தான். தினமும் தான் செய்ய வேண்டிய கடமைகளைத் தவறாமல் செய்துவந்தான். பொதுவாக அரசர்கள் காட்டுக்கு வேட்டையாடச் செல்வது வழக்கம். அதுபோலவே பப்ருகுவாகனனும் ஒரு நாள் தன்னுடன் சில வீரர்களை அழைத்துக் கொண்டு காட்டுக்குப் புறப்பட்டான். காட்டை அடைந்து சுற்றிவந்த போது ஒரு மானைக் கண்டான். அந்த மானின் மீது அம்பெய்தான். அடிபட்ட மான் கீழே விழுந்து மீண்டும் எழுந்து ஓடியது. அரசன் மீண்டும் அந்த மானின் மீது அம்பெய்தான். அந்த அம்பும் மானின் மீது பாய்ந்த நிலையில் அதன் உடலில் இருந்து ரத்தம் ஒழுகியது. அந்த நிலையிலும் அந்த மான் ஓடி மறைந்து விட்டது.

இதைக் கண்டு அதிசயித்த அரசன், மானின் ரத்தச்சுவட்டை பின்பற்றி நடந்தான். காட்டில் வெகுதூரம் சென்றுவிட்டான். அவன் தேடிவந்த புள்ளிமான் எங்கும் காணப்படவில்லை. வெகுதூரம் நடந்து வந்ததால் களைப்படைந்தான். தாகம் தொண்டையை அடைத்தது. தண்ணீரைத் தேடி காடு முழுவதும் அலைந்தான். அப்போது ஓரிடத்தில் தாமரை பூத்த தடாகத்தைக் கண்டான். அதிலிருந்து நீரைப் பருகினான். அந்த தடாகத்தின் கரையிலிருந்த ஆலமரத்தின் அடியில் அமர்ந்தான். வெகுநேரமாகிவிட்டது. படைவீரர்களையும் காணவில்லை.

சூரியன் மறைந்து எங்கும் இருள் சூழ ஆரம்பித்தது. அப்போது பிரேதங்கள் சில அங்குமிங்கும் ஓடின. இவற்றுக்கு எலும்போ, சதையோ, நரம்போ எதுவுமில்லை. அவை கறுப்பு நிறத்தில் இருந்தன. அவற்றில் சில கூக்குரலிட்டன. பலவித ஓசைகளை எழுப்பின. அவை பசியாலும் தாகத்தாலும் வருந்திப் பலவாறு புலம்பின.

அந்தப் பிரேத ஜென்மத்தில் ஒன்று அரசனின் அருகில் வந்து பேசத் தொடங்கியது. 'அரசே, என்னைக் கண்டு அஞ்ச வேண்டாம். உங்களை நான் ஒன்றும் செய்யமாட்டேன். நான் பிரேத ஜென்மம் எடுத்து வழிதெரியாமல் அலைந்துகொண்டு இருக்கிறேன். எனக்கு உதவ யாரும் இல்லை. உங்கள் உதவியால் என் பிரேத ஜென்மம் நீங்கும் என்று நினைக்கிறேன்' என்றது.

அரசன் அந்தப் பிரேதத்தை பார்த்து, 'நீ பயங்கர உருவத்தில் காணப் படுகிறாய். உன்னால் எப்படிப் பேசமுடிகிறது?' என்று கேட்டான்.

'அரசே, அது ஒரு பெரிய கதை. என் வரலாறைக் கூறுகிறேன் கேளுங்கள்' என்று கூறித் தன் வரலாறைக் கூறத் தொடங்கியது.

'என் பெயர் தேவன். நான் வைதீசம் என்ற நகரத்தில் வைசிய குலத்தில் பிறந்தேன். நான் திருமணம் செய்துகொண்டு சீரும் சிறப்புமாக வாழ்ந்து வந்தேன். தானதருமங்களைச் செய்தேன். ஏழைகளுக்கு உதவிகள் செய்தேன். அந்தணரையும் பெரியோர்களையும் துறவிகளையும் வழிபட்டு வந்தேன். எனக்கு என்று பிள்ளைகளோ, குடும்பமோ, சுற்றத்தாரோ யாரும் இல்லை. எனவே நான் இறந்த பிறகு யாரும் கரும காரியங்களைச் செய்யவில்லை.

ஒருவன் இறந்துவிட்டால் மகனோ அல்லது உறவினரோ சம்ஸ்காரம், சஞ்சாயனம், விருஷோற்சர்க்கம், சோடகம், சபிண்டி கரணம், மாசிகம், சிரார்த்தம் முதலிய சடங்குகளைச் செய்ய வேண்டும். அப்படிச் செய்யாவிட்டால் இறந்தவன் பிரேத ஜென்மம் அடைவான். யாரும் சடங்குகளைச் செய்யாததால்தான் நான் பிரேத ஜென்மம் அடைந்தேன். நீயோ அரசன். மக்களைக் காக்கக் கடமைப்பட்டவன். எனவே அரசனாகிய நீ எனக்குரிய கர்மகாரியங் களைச் செய்யவேண்டும். அவ்வாறு செய்தால் என் பிரேத ஜென்மம் நீங்கும்' என்றான்.

அதைக் கேட்ட அரசன், 'பிரேத ஜென்மத்தை யார் அடைவார்கள்?' என்று கேட்டான். அதைக் கேட்ட பிரேதம், 'அரசே, பிறர் பொருளை அபகரித்தல், ஆலயத்துக்குச் சொந்தமான சொத்துக்களை அபகரித்தல், எதிர்க்க இயலாதவர்கள் மற்றும் உடல் ஊனமுற்றவர்களின் சொத்துக் களை அபகரித்தவர்கள், அடுத்தவன் மனைவியை அபகரித்தவன், செய்த உதவியை மறந்தவன், குடிநீரில் விஷத்தைக் கலந்தவன், மக்களைக் கொன்று குவித்தவன், தற்கொலை செய்துகொண்டவன், பிறரை உயிரோடு எரித்தவன், வாரிசு இல்லாமல் இறந்தவன், முன்னோருக்கு உரிய கர்மங்களை செய்யாதவன், பசுவதை செய்தவன், வாயில்லா ஜீவன்களைக் கொடுமைப்படுத்தியவன், உயிர்களை வதைத்தவன், தெய்வநிந்தனை செய்தவன், விபத்தில் இறந்தவன், விஷத்தைக் கொடுத்துப் பிறரைக் கொன்றவன், ஊர்ப்பணத்தை அபகரித்தவன், வாழும் குடும்பத்தைக் கெடுத்தவன், குழந்தைகளைக் கொடுமைப்படுத்திக் கொன்றவன், தர்மம் செய்யாதவன், பெற்றோரைக் கொடுமைப்படுத்திக் கொன்றவன்,

மனைவியைத் தவறான காரியத்தில் ஈடுபடுத்தியவன், மனைவியைக் கொடுமைப்படுத்தியவன், கணவனுக்குத் துரோகம் செய்த மனைவி இப்படித் தகாத செயல்களைச் செய்தவர்கள் பிரேத ஜென்மம் அடைவார்கள். சாஸ்திரங்களில் பாவங்கள் என்று கூறப்பட்ட செயல்களை ஒரு போதும் செய்யக்கூடாது' என்று பிரேதம் கூறியது.

பிரேத ஜென்மம் நீங்க வழி :

பிரேதம் கூறியவற்றைக் கவனமாகக் கேட்ட அரசன், 'பிரேத ஜென்மம் நீங்க என்ன செய்யவேண்டும்? அதுபற்றி விளக்கமாகக் கூற வேண்டும்' என்று கேட்டான். பிரேதம் அவனைப் பார்த்துப் பேச ஆரம்பித்தது.

'அரசே! பிரேத சரீரம் நீங்கச் செய்ய வேண்டிய காரியங்களைப் பற்றி வரிசையாகச் கூறுகிறேன். முதலில் ஸ்ரீமந் நாராயணனைப் போல் ஒரு விக்கிரகம் செய்யவேண்டும். அதில் சங்கு, சக்கரம் இருக்குமாறு அமைக்க வேண்டும். கிழக்குத்திசையில் ஸ்ரீதரரையும் தெற்குத் திசையில் மகாசூரனையும் மேற்குத்திசையில் வாமனனையும் வடக்கில் சுதாகரனையும் நிலைநிறுத்த வேண்டும்.

அவற்றின் நடுவில் பிரம்மன், ருத்திரன் ஆகியோரோடு மகாவிஷ்ணு வையும் நிறுத்தி ஆராதனை செய்யவேண்டும். பின்னர் வலம்வந்து வணங்கி அக்கினியில் ஹோமம் செய்ய வேண்டும். பின்னர் நீராடிவிட்டு வரவேண்டும். பிராமணர்களை அழைத்து வந்து அவர் களுக்கு உரிய மரியாதை செய்து அவர்களை உணவருந்தச் செய்ய வேண்டும். பின்னர் சாயாதானம், கடகதானம் முதலிய தானங்களைச் செய்ய வேண்டும். மேலும் குடை, மாரடி, பலகை, ஆடை, பொன் முதலான பொருட்களையும் வணங்கி அந்தணரின் ஆசியைப் பெற வேண்டும். இவ்வாறு செய்தால் இறந்தவன் பிரேத ஜென்மத்தில் இருந்து விடுபடுவான்' என்று பிரேதம் கூறியது.

வெளிப்படுத்தும் விதம் :

அரசன் பிரேதத்திடம் கேட்டான். 'பிரேத ஜென்மம் அடைந்தவன் தன்னைச் சுற்றத்தாருக்கு எப்படி வெளிப்படுத்துவான்?'

'அரசே! பிரேத ஜென்மம் அடைந்தவன், தன் சுற்றத்தாரின் கனவில் தோன்றுவதும் உண்டு. அவ்விதம் தோன்றாமலே துன்பம் செய்வதும்

உண்டு. எனவே பெரியோரிடம் ஆலோசனைக் கேட்டுச் செயல்பட வேண்டும்.

பரிகாரங்கள் :

தென்னை, மா, அரசு முதலிய மரச்செடிகளை நட்டு நீரூற்றி வளர்க்கலாம். அந்தணருக்குக் கோதானம், பூதானம் இவற்றில் ஏதாவது ஒன்றை முடிந்தால் வழங்கலாம். பசுக்கள் மேய்வதற்குப் புல்வெளிகளை உண்டாக்கலாம். புண்ணிய நதிகளில் நீராடிவிட்டுத் தான தர்மங்களைச் செய்யலாம்.

பாதிக்கப்படாதவர்கள் :

இறைவனின் நாமசங்கீர்த்தனத்தைச் சொல்பவர்கள், தீர்த்த யாத்திரை செய்தவர்கள், சிரார்த்தங்களை முறையாகச் செய்தவர்களை பிரேத ஜென்மம் எடுத்தவனால் ஒரு தீங்கும் செய்ய இயலாது' என்று பிரேதம் கூறி முடித்தது. இதற்குள் வீரர்கள் அரசனைத் தேடிவந்தனர். பிரேதம் மறைந்து விட்டது. நாடு திரும்பியதும் அரசன் பிரேதம் கூறியவாறே அதற்குக் கர்மகாரியங்களைச் செய்தான்.

தேவன் என்ற அந்த வைசியன் பிரேத ஜென்மம் நீங்கி நற்கதி அடைந்தான்.'

நரகத்தை நிச்சயிப்பது நாங்கள்

தண்டனையின் பெயர் : கிருமிபோஜனம்

தான் மட்டும் உண்டு, பிறரது உழைப்பைச் சுரண்டிப் பிழைத்த பாவிகள் இங்குதான் வரவேண்டும். பிற வற்றைத் துளைத்துச் செல்லும் இயல்புடையது கிருமிகள். இந்த நரகத்தில், பாவிகளைப் பலவிதமான கிருமிகள் கடித்துத் துளையிட்டு துன்புறுத்தும்.

ஸ்ரீ கோவிந்தராஜன்

10. எமபுரியும், எமதர்மனும்...

கருடன் பகவானை நோக்கி 'பரந்தாமா! பிரேத ஜென்மம் பற்றியும் அது செய்யும் தீமைகளைப் பற்றியும் பிரேத ஜென்மம் நீங்கும் வழியையும் விரிவாக எடுத்துக் கூறினீர்கள். பிரேத ஜென்மம் அடைந்தவனின் வரலாறு பற்றியும் கூறினீர்கள். இனி எமலோகம் பற்றியும் எமதர்மனைப் பற்றியும் விளக்கமாகக் கூற வேண்டும்' என வேண்டினான். பகவானும் தொடர்ந்து கூறலானார்.

'கருடனே! இறந்தவனுக்குப் பத்து நாட்கள் கொடுக்கப்படும் உதக கும்பதானத்தை எமதூதர்கள் பெற்று மகிழ்ச்சி அடைவார்கள். ஒவ்வொரு மாதமும் செய்யப்படும் மாசிகம், முதல் வருட முடிவில் செய்யப்படும் வருஷாப்திகம் ஆகிய சிரார்த்தங்களால் ஜீவனும் எமதூதர்களும் திருப்தி அடைவார்கள். இவ்வாறு இறந்த வனுக்காகச் செய்யும் சடங்குகளால் ஜீவனுக்குப் பிண்டத்தால் ஆன சரீரம் உண்டாகும்.

பின்பு ஜீவன் எமபுரி வரை சென்று, அந்த இடத்தை அடையும் முன்பாக பிண்டசரீரம் நீங்கி கட்டைவிரல் அளவுள்ள ஒரு வடிவம் பெறும். அங்குள்ள ஒரு வன்னிமரத்தடியில் சிறிது காலம் தங்கி கர்மத்தால் ஆன சரீரத்தைப் பெறும். அந்த நிலையில் எமதூதர்கள் ஜீவனை எமபுரிக்கு அழைத்துச் செல்வார்கள். அவ்வாறு

செல்லும்போது சித்ரகுப்தனின் பட்டணம் வழியாகச் செல்ல வேண்டும். இந்தப் பட்டணம் இருபது காத தூர வழி பரப்பளவு உள்ளது.

புண்ணியம் செய்த ஜீவன்கள் பார்வைக்கு யமபட்டணம் மிகவும் அழகாகவும் ரம்மியமாகவும் இருக்கும். எனவே இறந்தவனுக்காக பிள்ளைகள் உப்பு, பருத்தி, எள்ளுடன் பாத்திரம், இரும்பால் செய்த ஊன்றுகோல் ஆகியவற்றைத் தானம் செய்திருக்க வேண்டும். புண்ணிய ஜீவன்கள் வந்திருக்கும் தகவல் எமதர்மனுக்குத் தெரிவிக்கப்படும்.

தர்மத்வஜன் :

எமனது அரண்மனையில் இருக்கும் இன்னொருவன் தர்மத்வஜன். இவன் எமனுடனே இருப்பான். ஒருவன் இறந்துவிட்டால் அவனது மகன் கடலை, மொச்சை, எள், கொள், பயிறு, துவரை, கோதுமை ஆகிய ஏழுவகைத் தானியங்களை எடுத்து ஒரு பாத்திரத்தில் வைத்துத் தானம் செய்தால் இந்த தர்மத்வஜன் திருப்தி அடைவான். எமதர்மனிடம் அந்த ஜீவன் குறித்து நல்ல முறையில் எடுத்துரைப்பான்.

புண்ணிய ஜீவன்:

ஒருவன் புண்ணியம் செய்து இறந்தால் அந்த ஜீவனை பிரம்மலோகம் அனுப்ப முடிவுசெய்து எமதர்மராஜன் அந்த ஜீவனுக்குத் தக்க மரியாதை செய்வான்.

பாவம் செய்த ஜீவன் :

ஒருவன் இறந்துவிட்டால் மாசிகம் முதலிய காரியங்களை முறையாகச் செய்ய வேண்டும். அவ்வாறு செய்யத் தவறினால் எமதூதர்கள் அந்த ஜீவனைப் பாசத்தால் கட்டி உலக்கையால் குத்தி இழுத்துச் செல்வார்கள். பலவிதக் கொடுமைகளுக்குப் பின்னர் எமதர்மன் முன்பு கொண்டுவந்து நிறுத்துவார்கள்.

தண்டனையும் மறுபிறவியும் :

இறந்தபிறகு எமதூதர்களால் கொண்டுசெல்லப்பட்ட ஜீவன் செய்த பாவத்துக்கு ஏற்ற தண்டனை பெறவேண்டும். அந்த ஜீவன்

நரகத்துக்குச் சென்று அவதிப்பட வேண்டும். அதன் பிறகு அந்த ஜீவன் செய்த பாவத்துக்குத் தக்கபடி புழுவாகவோ, பூச்சி யாகவோ, கிருமியாகவோ மறுபிறவி எடுக்க வேண்டும். ஓரளவு புண்ணியம் செய்தால் மானிடனாக ம்றுபிறவி எடுக்கலாம். வாழும்காலத்தில் புண்ணிய காரியங்களையும் தான தர்மங் களையும் செய்தவன் எந்தப் பிறவி எடுத்தாலும் அவன் செய்த புண்ணிய காரியங்களுக்குத் தக்க நல்ல பலன்களை அவன் நிச்சயம் அடைவான்.

உயர்ந்த பிறவி :

வாழும்காலத்தில் ஒருவனது வாழ்க்கை எப்படி வேண்டுமானாலும் அமைந்து இருக்கலாம். அவனுக்கு உயர்ந்த வாழ்க்கையும் வசதி களும் அமைந்திருக்கலாம் அல்லது உயர் பதவிகளை அவன் வகிக்கலாம். பொன், பொருள், புகழ் என்று எல்லாமே அமைந் திருக்கலாம்.

ஒருவன் இறந்தபிறகு இவை எல்லாமே இல்லாமல் ஆகிவிடுகிறது. சொத்துக்களை வாரிசுகள் பங்கு போட்டுக்கொண்டு விடுகிறார்கள். இறந்தவனின் உடலில் உள்ள துணிகூட நீங்கி விடும். புதைக்கப் பட்டால் இந்த உடல் மண்ணுக்கு இரையாகி விடுகிறது அல்லது பறவைக்கோ, விலங்குக்கோ இரையாகி விடுகிறது. எரியூட்டப் பட்டால் சாம்பலாகிவிடுகிறது.

உயர்குடியில் பிறந்த ஒருவன் தாழ்ந்த செயல்களைச் செய்தல் கூடாது. அவ்வாறு செய்தால் அவன் நரகத்தில் கிடந்து உழன்று பின்பு தாழ்ந்த பிறவியை அடைவான். ஒருவன் தன் நிலையில் இருந்து தாழ்ந்த நிலைக்கு வருமாறு நடத்தல் கூடாது.'

11. பிறப்பு, இறப்பு, பாவம், புண்ணியம்

கருடன் பகவனைப் பார்த்து 'பெருமாளே! யமபுரி பற்றியும் ஜீவன்கள் அங்கு நடத்தப்படும் விதம் குறித்தும் விளக்கமாகக் கூறினீர்கள். இனி பிறப்பு இறப்பு குறித்து விளக்கமாகக் கூற வேண்டும். ஒருவனுக்கு பிறப்பு, இறப்பு ஏன் உண்டாகிறது? அது பற்றி விளக்கமாக எடுத்துக் கூறவேண்டும்' என வேண்டினான்.

பகவான் கருடனைப் பார்த்து 'கருடனே! நல்ல கேள்வி கேட்டாய். இதுபற்றி விளக்கமாகக் கூறுகிறேன் கேள்' என்று கூறிவிட்டுத் தொடர்ந்து கூறலானார். உலகில் பிறக்கும் எந்த உயிரின் உடலும் நிலையற்றது. இந்த உடலானது சுக்கிலம், சுரோணிதம் ஆகிய வற்றால் ஆனது.

நிலையாமை:

நம் உடலை வளர்ப்பதற்கு உணவு தேவைப்படுகிறது. காலையில் உணவு உண்ட பிறகு இது ஜீரணமாகி மதியம் பசிக்கிறது. மதியம் உணவு உண்ட பிறகு இரவில் பசி எடுக்கிறது. உணவு உண்ணா விட்டால் உடல் தளர்ந்துவிடும். மனித உடலானது கர்மவினை காரணமாக ஏற்படுகிறது.

நரகத்தை நிச்சயிப்பது நாங்கள்

தண்டனையின் பெயர் : சான்மலி

நன்மை, தீமை, பாபம் ஆகியவற்றைப் பாராமல், உறவு முறையைக்கூடப் பாராமல் யாருடனாவது எப்படியாவது கூடி மகிழும் காமுகர்கள் அடையும் நரகம் இது. இங்கு இத்தகைய பாவிகளை முள்ளாலான தடிகளாலும் முட்செடிகளாலும் எமகிங்கரர்கள் துன்புறுத்துவார்கள்.

அந்த உடலானது யாருக்குச் சொந்தம்.அந்த ஜீவனுக்குச் சொந்தமா? பெற்ற தந்தைக்குச் சொந்தமா? அல்லது பெற்ற தாய்க்குச் சொந்தமா? எஜமானனுக்குச் சொந்தமா? மண்ணுக்குச் சொந்தமா? அக்கினிக்குச் சொந்தமா? பஞ்சபூதங்களுக்குச் சொந்தமா? சிந்தித்துப் பார்த்தால் இவர்களில் யாருக்கும் சொந்தமில்லை என்பது தெளிவாகும். உடலை வளர்க்கலாம். உடல் மீது ஆசை வைப்பதால் எந்தப் பயனும் இல்லை. எனவே ஆசை வைப்பதை முதலில் விட்டுவிடவேண்டும். ஆசை ஒழிந்தால் மற்ற தீயசெயல்கள் நம்மிடம் இருக்காது.'

அப்போது கருடன் கேட்டான். 'மனிதர்கள் ஒரு குறிப்பிட்ட காலம் வரை வாழ்ந்து வெவ்வேறு காலகட்டங்களில், வெவ்வேறு விதமாக, வெவ்வேறு இடங்களில் இறக்கிறார்கள். இதற்குக் காரணம் என்ன? இந்த நிலை ஏன் ஏற்படுகிறது?' இதுபற்றி கருடன் வேண்ட பகவானும் தொடர்ந்து கூறுகிறார்.

'கருடனே! உயிர்கள் செய்யும் பாவபுண்ணியங்களுக்கு ஏற்ப பலனை அளிக்கப் பிரம்மாவால் நியமிக்கப்பட்டவன் எமதர்மன். அவனுக்கு உயிர்கள் செய்யும் பாவபுண்ணியங்களைப் பற்றிக் கூற பன்னிரு சிரவணர்கள் உள்ளனர். அவர்களிடமிருந்து விவரங்களை அறிந்து எமனிடம் கூற சித்ரகுப்தன் என்ற கணக்கன் இருக்கிறான். இவற்றைப் பற்றி எல்லாம் ஏற்கெனவே விரிவாகக் கூறியுள்ளேன். இந்த எமதர்மன் என்ற ஒரு காலன் இருப்பதை யாரும் நினைவில் கொள்வதில்லை. தவறுகளைச் செய்பவர்களாகவே உள்ளனர்.

பிறக்கும் உயிர்கள் தாங்கள் வாழும் காலத்தில் செய்த பாவங்களுக்கு ஏற்ப ஆயுள் குறைந்து இறக்கிறார்கள். பாவச் செயல்கள் எவையென்று ஏற்கெனவே கூறியுள்ளேன். இதுபற்றி மேலும் கூறுகிறேன். இறந்த வீட்டில் புசித்தல் பாவமாகும். அந்த வீட்டில் அன்று சமைத்தாலும் தவறாகும். மற்ற பெண்களை விரும்புவது, தவறாக நடக்க முயற்சிப்பதும் பாவச் செயலாகும். உடலும் உள்ளமும் தூய்மையாக இருத்தல் வேண்டும்.

செய்யக்கூடாத இழிதொழிலைச் செய்யக்கூடாது, தூக்கிலிடுதல், உயிர்களை வெட்டுதல், மாமிசங்களை விற்றல், மதுபானங்களை வாங்குதல், விற்றல், போதைப்பொருள்களை வாங்குதல், விற்றல், வட்டி வாங்குதல், விபசாரத்தில் ஈடுபடுதல், பிறரை ஈடுபடுத்துதல்,

சூதாடுதல், சூதாட்ட விடுதி நடத்தல் ஆகியவை இழிந்த தொழில் களாகும்.

ஆலயத்துக்குச் செல்லாமல் இருத்தல், புனிதயாத்திரை செல்லா திருத்தல், அறவோரை மதிக்காதிருத்தல், அறச்செயல்களைச் செய்யாதிருத்தல், புராணங்களை இகழ்ந்து பேசுதல், தெய்வ நிந்தனை செய்தல், ஞானிகளைக் கேலிசெய்தல், அடியார்களை அவமதித்தல், பசுவதை செய்தல் ஆகிய செயல்களும் பாவத்தை உண்டாக்கும்.

எனவே உடலின் மீது ஆசை வைப்பதும் வாசனைத் திரவியங் களைப் பூசிக்கொள்வதும் தேவைக்கு அதிகமாக அலங்காரம் செய்து கொள்வதும் ஆசையை வளர்க்கும் செயலாகும்.

எனவே உடலின் மீது ஆசை வைக்காமல், தொண்டுள்ளம் கொண்ட வர்களாக வாழவேண்டும். பெரியோரையும் ஞானிகளையும் மதித்துத் தொண்டு செய்யவேண்டும். அவர்களை வரவேற்று உபசரித்து, உணவளித்து அவர்கள் கூறும் அறிவுரைகளைக் கேட்டு நடக்க வேண்டும். உடலாலும் மனத்தாலும் வாக்காலும் பாவங்கள் செய்யப் படுவதாக ஏற்கெனவே கூறியுள்ளேன். பாவங்களை அதிகம் செய்தால் நாயாகவும் நரியாகவும் ஓநாயாகவும் பிறந்து அலைய வேண்டும்.

பிறப்புக்கும் இறப்புக்கும் கர்மவினையே முக்கிய பங்கு வகிக்கிறது. சில குழந்தைகள் பிறந்தவுடன் இறக்கின்றன. சில ஐந்தாண்டு களுக்குள் இறக்கின்றன. இவை கொடிய பாவத்தைச் செய்ததன் காரணமாக வருகின்றன. பிறவிகள் மாறிமாறி தொடர்ந்து வருகின்றன. இறப்பும் அதுபோலத்தான். சென்ற பிறவியில் நேர்மை யாகவும் உண்மையாகவும் நடந்து தானம், தர்மம் இவற்றைச் செய்திருந்தால், மறுபிறவி எடுத்தாலும் கவலை இல்லை. நல்லமுறையில் வாழலாம்.'

தீட்டுகள்:

இதைத் தொடர்ந்து தீட்டுகள் பற்றிய கேள்விகளைக் கருடன் கேட்டான்.

'பகவானே, பிறப்பு, இறப்பு பற்றி விளக்கமாகக் கூறினீர்கள். இனி தீட்டுகள் பற்றிச் சொல்லுங்கள். இறக்கும்போது யார் யாருக்குத்

தீட்டு உண்டு?' என்று கேட்டான் கருடன். பகவான் அதுபற்றி விளக்கினார். 'கருடனே! ஒரு கர்ப்பிணிப் பெண்ணின் கர்ப்பம் முதல் ஆறு மாதத்துக்குள் கரைந்து விழுந்துவிட்டால், விழுந்த மாதம் ஒன்றானால் ஒரு நாள் தீட்டு உண்டு. இரண்டு மாதம் என்றால் இரண்டு நாட்களும் மூன்று மாதம் என்றால் மூன்று நாட்களும் நான்கு மாதம் என்றால் நான்கு நாட்களும் ஐந்து மாதம் என்றால் ஐந்து நாட்களும் ஆறு மாதம் என்றால் ஆறு நாட்களும் கருவுற்ற தாய்க்கு மட்டும் தீட்டு உண்டு. தந்தைக்கு இதனால் தீட்டு இல்லை. அவன் கர்மகாரியங்கள் எதையும் செய்ய வேண்டியது இல்லை.

பிறந்த குழந்தை மூன்று வயதுக்குள் இறந்தால் அந்தக் குழந்தையின் நினைவாகப் பால்சோறு, தயிர்சோறு ஆகியவற்றைக் குழந்தை களுக்குக் கொடுக்கவேண்டும். பிறந்த மூன்று மாதத்துக்குள் இறந்தால் தீர்த்தம், பால், பாயசம் முதலிய உணவுப்பொருள்களைத் திரவவடிவில் குழந்தைகளுக்குக் கொடுக்க வேண்டும்.

தாய், தந்தை, சகோதரன், சகோதரி இறந்தால் பத்து நாட்கள் தீட்டு உண்டு. தாய் வழிப் பாட்டி, தாத்தா என்றால் இரண்டரை நாள் மட்டும் தீட்டு உண்டு. பிரம்மச்சாரி இறந்தாலும் அவனது வாரிசுகள் அல்லது தந்தை அல்லது சகோதரன் கர்மங்களைச் செய்ய வேண்டும்.

ஒருவருக்கு யாரும் இல்லை என்றால் ஊரில் உள்ள அனைவரும் சேர்ந்து 'கோவிந்தா கோவிந்தா' என்று கூறியவண்ணம் கொள்ளி போடவேண்டும். இதற்கு என்று தனியாகத் தீட்டு எதுவும் இல்லை.

பிறந்தவன் யாராக இருந்தாலும் ஒரு நாள் இறந்தேயாக வேண்டும். பிறப்பும் இறப்பும் தொடர்ந்து நடைபெறும் நிகழ்ச்சிகள் ஆகும். எனவே நான்கு வருணத்தாரும் தவறாமல் தானதருமங்களைச் செய்ய வேண்டும். அவ்வாறு செய்யாவிட்டால் வறுமை உள்ள குடும்பத்தில் பிறந்து உண்ண உணவின்றித் தவித்து இறந்து மீண்டும் பிறந்து அவதிப்படுவான்.

கர்ப்பத்தில் இருக்கும் குழந்தை இறந்தால் அதற்குத் தனியாக எந்தக் கருமத்தையும் செய்ய வேண்டியதில்லை. பிறந்த பின் இறக்கும் பாலகனுக்கும் சிறுவனுக்கும் இளைஞனுக்கும் விருத்தனுக்கும் கும்பதானம் செய்ய வேண்டியது அவசியம்.

பிறந்த குழந்தை மூன்று வயதுக்குள் இறந்தால் அக்குழந்தையைப் புதைக்க வேண்டும். மூன்று வயதுக்கு மேற்பட்ட குழந்தைகளை எரியூட்டித் தகனம் செய்து மறுநாள் சாம்பலைக் கரைக்க வேண்டும்.

குழந்தைக்குப் பல நிலைகள் உள்ளன. ஒவ்வொரு நிலையிலும் அதற்கு ஒவ்வொரு பெயர் உண்டு. பிறந்த பிறகு பதினாறு மாதம் வரை உள்ள குழந்தைக்குச் சிசு என்று பெயர். இருபத்தேழு மாதங்கள் வரை பாலகன் என்று பெயர். ஐந்து வயது வரையில் குமரன் என்று பெயர். ஒன்பது வயது வரை பவுண்டகம் என்ற பெயர். பதினாறு வயது வரையில் கைசோரன் என்று பெயர்.'

கருடன் பகவானை நோக்கி 'பகவானே! பிறப்பு, இறப்பு, தீட்டு பற்றி விரிவாகக் கூறினீர்கள். எனக்கு வேறு சில கேள்விகளுக்கும் தாங்கள் விளக்கமாகப் பதில் கூறவேண்டும்!' என்று கேட்டான்.

12. சிரார்த்தம்: சபிண்டி கரணம்

கருடன் பகவானைப் பார்த்து 'பரந்தாமா!, இறந்த ஒருவனுக்கு வாரிசுகள் பலருண்டு. இதில் புத்திரர்கள், பேரன்கள் இவர்களது கடமைகள் பற்றிக் கூறவேண்டும்' என்று வேண்டினான். திருமால் கருடனைப் பார்த்து, 'கருடனே! ஒருவனது குடும்பத்தில் உள்ளவர்களில் புத்திரர்கள், பேரர்கள் ஆகியோர் முக்கிய இடத்தில் உள்ளனர். அவர்களது கடமைகளைப் பற்றிக் கூறுகிறேன் கேள்' என்று கூறினார்.

பூணூல் அணிதல்:

'நான்கு வருணங்களைப் பற்றி ஏற்கெனவே பல விவரங்களைக் கூறி இருக்கிறேன். இவர்களில் மூன்று வருணத்தார் மட்டுமே கட்டாயம் பூணூல் அணிய வேண்டும். பிராம்மணர், சத்திரியர், வைசியர் ஆகிய மூன்று பிரிவுகளில் உள்ளவர்களுக்குப் பூணூல் அணிவது ஒரு கடமையாக உள்ளது. நான்காம் வருணத்தார் பூணூல் அணியத் தேவையில்லை.

கருடனே! ஒருவரது ஆத்மாவே அவனுக்கு மகனாகப் பிறக்கிறது. சிலர் உருவம், நிறம், குணம் ஆகியவற்றில் தந்தையைப் போலவே

நரகத்தை நிச்சயிப்பது நாங்கள்

தண்டனையின் பெயர் : வைதரணி

அதிகாரபலத்தாலும் கபட நாடகத்தாலும் நயவஞ்சகத் தாலும் நல்வழிகளில் செல்லாமல் தர்மத்துக்குப் புறம் பாக நடந்தவர்கள் அடையும் நரகம் இது. வைதரணி என்பது நதியல்ல. இங்கு ரத்தமும் சீழும் காணப்படும். சிறுநீரும் மலமும் கலந்திருக்கும். கொடிய பிராணிகள் இருக்கும். பாவிகள் இந்த நதியில் விழுந்து துன்பப்படு வார்கள்.

இருப்பார்கள். ஒரு சிலர் தந்தையின் ஏதாவது ஒரு குணத்தை மட்டும் கொண்டிருப்பார்கள். அவனே தந்தைக்கு வாரிசு ஆகிறான்.'

தர்ம உரிமை:

இதைக் கேட்ட கருடன் 'ஒருவன் இறந்த பிறகு கர்ம காரியங்களைச் செய்ய உரிமை உள்ளவன் யார்?' என்று பகவானிடம் கேட்டான். அதற்குப் பகவான் 'ஒருவனுக்குத் திருமணம் நடந்துவிட்டால் அவன் கட்டாயம் ஒரு ஆண்மகனைப் பெற்றுக்கொள்ள வேண்டும். ஒரு புத்திரன் பிறந்துவிட்டால் தந்தையானவன் 'புத்' என்ற நரகத்தை அடையமாட்டான். 'புத்' என்பதே 'புத்திரன்' என்று ஆகிவிட்டது. புத்திரன் பிறந்தால் இறந்த முன்னோர்களும் மகிழ்ச்சி அடைவார்கள்.

ஒருவனுக்கு ஒன்றுக்கு மேற்பட்ட பிள்ளைகள் இருந்தால் அவர்களில் மூத்தவனுக்கே கர்மம் செய்யும் உரிமை உண்டு. மற்றவர்கள் அவனுக்கு உதவிசெய்ய வேண்டும். அவர்களுக்குச் சிறிதளவே கர்ம காரியங்கள் செய்ய முடியும். தன்னுடைய பேரனைப் பார்த்த பிறகு இறந்தவனுக்கு நல்ல கதி கிடைக்கும். கொள்ளுப்பேரனைப் பார்த்த பிறகு மரித்தவன் நல்லுலகை அடைவான்.

பெண்ணைப் பெற்ற தகப்பனுக்கு மருமகனாக இருக்கும் ஒருவனுக்குத் துளசி இலைகளோடு கன்னிகாதானம் செய்து கொடுத்தால் நல்ல வாரிசுகள் பிறப்பார்கள். அந்த வாரிசான மகன் இருபத்தேழு தலைமுறைகளைக் கரையேற்றுவான். இவனே தாய் தந்தையருக்குக் கர்மம் செய்வதற்கு உரிமை பெற்றவன்.

தாசி மகனாக இருந்தால் ஓரளவுக்குக் கருமம் செய்யலாம். எல்லாக் கர்ம காரியங்களையும் செய்ய முடியாது. அவ்வாறு செய்தால் கர்மம் செய்தவனும் தந்தையும் நரகத்தை அடைவார்கள். ஆனால், தாசி மகன் ஒவ்வொரு வருடமும் திவசம் செய்யலாம். ஆனால், தந்தையைத் தவிர முந்தைய இரண்டு தலைமுறையினருக்குக் கர்மம் செய்ய உரிமை இல்லை. ஆனால், தானதருமங்களைச் செய்யலாம்.

எனவே முறையாகத் திருமணம் செய்துகொண்டு நல்ல மக்களைப் பெறுதல் சிறந்ததாகும். மகன் உயிருடன் இல்லாவிட்டால் மகன் வயிற்றுப் பேரன் கர்ம காரியங்களைச் செய்யலாம். ஒருவன் உடல்நலம் இல்லாமல் இருந்தால் கர்மகாரியங்களைச் செய்ய

இயலாமல் இருந்தால் அவனிடமிருந்து தர்ப்பைப் புல்லை வாங்கி வேறொருவர் கர்ம காரிங்களைச் செய்யலாம்.

கருடன் பகவானை நோக்கி 'பரந்தாமா! பித்ருக்களுக்குச் கர்மம் செய்யும் உரிமை யாருக்கு உள்ளது? வாரிசுகளின் கடமைகள் என்னென்ன என்பது பற்றி விரிவாக எடுத்துரைத்தீர்கள். இனி 'சபிண்டி கரணம்' குறித்த விவரங்களைத் தெரிவிக்க வேண்டுகிறேன். சபிண்டி கரணம் எப்போது செய்ய வேண்டும்? யார் செய்ய வேண்டும்? யாருக்கு எப்போது செய்யக்கூடாது? இந்த விவரங்களைத் தெரிவிக்க வேண்டும்' என்று கருடன் வேண்ட, பகவான் விளக்க ஆரம்பித்தார்.

'கருடனே! ஒருவன் இறந்த பிறகு கர்ம காரியங்களை முறையாகவும் வரிசையாகவும் ஒன்றுவிடாமல் செய்ய வேண்டும். சாஸ்திரத்தில் கூறப்பட்டுள்ளபடி செய்ய வேண்டும். இறந்தவனுக்குப் பன்னி ரண்டாம் நாள் செய்ய வேண்டிய காரியங்களைச் 'சபிண்டி கரணம்' என்று சொல்வார்கள். இச்சடங்கு இறந்தவரின் ஜீவனைப் பித்ருக் களுடன் சேர்ப்பதாகும். இறந்தவரின் குலத்தில் ஏற்கெனவே இறந்த முன்னோர்களின் பிண்டத்தோடு இறந்தவனின் பிண்டத்தைச் சேர்ப்பதாகும். இந்தச் சடங்கைச் செய்வதன் மூலம் இறந்தவன் தனது பிரேதச் சரீரம் நீங்கப் பெற்று பித்ருக்களுடன் சேர்வான்.

இந்தச் சபிண்டி கரணத்தைப் பன்னிரண்டாம் நாளிலோ, மூன்றாம் பக்ஷத்திலோ, ஆறாவது மாதத்திலோ செய்யலாம். ஏதாவது ஒரு காரணத்துக்காகச் சபிண்டி கரணத்தைச் செய்யாமல் நிறுத்தி யிருந்தால் அதைச் செய்த பிறகே சுபகாரியங்களைச் செய்ய வேண்டும். ஏனெனில் இறந்தவன் சபிண்டி கரணம் செய்வது வரை பிரேத சரீரத்துடன் இருப்பான்.

பன்னிரண்டாம் நாளில் சபிண்டி கரணம் செய்வது சரியாகும். தந்தை இறந்த பத்து நாட்களுக்குள், தாய் இறந்துவிட்டால் இருவரது பதினோராம் நாள் காரியத்தை நிறுத்தவே கூடாது. அதன் பிறகு தாயாருக்குப் பன்னிரண்டாம் நாளில் சபிண்டி கரணம் செய்த பிறகே தந்தைக்குச் சபிண்டிகரணம் செய்யவேண்டும்.

யார் செய்ய வேண்டும்:

ஒருவன் இறந்த பிறகு அவனது மகன்தான் சபிண்டி கரணம் செய்ய வேண்டும். இறந்தவனுக்குப் பிள்ளைகள் இல்லாவிட்டால்,

இறந்தவனின் அண்ணனோ, தம்பியோ செய்ய வேண்டும் அல்லது இவர்களில் ஒருவரது பிள்ளையே கர்மம் செய்ய வேண்டும். இறந்தவனின் சகோதரர்கள் தனித்தனியாக வெவ்வேறு இடங்களில் வாழ்ந்தால் இறந்தவனின் மனைவி தான் செய்ய வேண்டும். மனைவியிடம் இருந்து தர்ப்பைப் புல்லை வாங்கி வேறொருவர் அவர் சார்பாகச் செய்யலாம்.

இறந்தவனுக்கு மனைவி, சகோதரர்கள், பிள்ளைகள் ஆகிய யாரும் இல்லையென்றால் தாயாதிக்காரன் கர்மக்காரியங்களைச் செய்ய வேண்டும். தாயாதிக்காரனும் இல்லாத நிலையில் இறந்தவனின் சீடன் அல்லது மாணவன் செய்ய வேண்டும். மாணவனும் இல்லாவிட்டால் புரோகிதனே இந்தக் காரியங்களைச் செய்யலாம்.

பல சகோதரர்கள் இருந்து அவர்களில் ஒருவனுக்கு மட்டும் பிள்ளை இருந்தால் அந்தப் பிள்ளையே எல்லா சகோதரர்களுக்கும் பிள்ளை யாவான். ஒருவனுக்குப் பல மனைவிகள் இருந்து, அவர்களில் ஒருத்திக்கு மட்டும் பிள்ளை இருந்தால் அனைத்து மனைவி களுக்கும் அவனே பிள்ளையாவான்.

ஒரு பெண்ணுக்குப் பிள்ளை இல்லாத நிலையில் அவள் இறந்தால் கணவனே கர்மம் செய்ய வேண்டும். இறந்தவருக்குச் சபிண்டி கரணம் செய்த பிறகு மூன்று தலைமுறையைச் சேர்ந்தவர்களுக்குத் திவசம் செய்ய வேண்டும். ஒருவருக்கு மட்டும் செய்யக்கூடாது. இறந்தவனை மட்டுமே குறித்துச் சிரார்த்தம் செய்தால் சிரார்த்தம் செய்தவனும் புரோகிதனும் நரகத்தை அடைவார்கள். யார் சபிண்டி கரணம் செய்கிறார்களோ அவர்களே மாசிகங்களையும் வருஷாத்தியத்தையும் செய்ய வேண்டும்.

எப்போது செய்யக்கூடாது :

தனது தாத்தா உயிருடன் இருக்கும் போது தந்தைக்குச் சபிண்டி கரணம் செய்யக்கூடாது. தாத்தா இறந்த பிறகு அவருக்குச் சபிண்டி கரணம் செய்தபிறகே இறந்த தந்தைக்குச் சபிண்டி கரணம் செய்ய வேண்டும். தந்தையும் தந்தையைப் பெற்ற தாயும் (பாட்டியும்) உயிருடன் இருக்கும்போது, தாய் இறந்தால் அவளுக்குச் சபிண்டி கரணம் செய்யக்கூடாது. பாட்டியும் தந்தையும் இறந்தபிறகு

அவர்களுக்குச் சபிண்டி கரணம் செய்தபிறகுதான் தாய்க்குச் சபிண்டி கரணம் செய்ய வேண்டும்.

தந்தை இறந்தவுடன் தாய் உடன்கட்டை ஏறினால் கணவன் தீயவனானாலும் அவனுடன் சேர்ந்து சொர்க்கலோகம் போவாள். அவ்வாறு இறந்த தாய் தந்தையருக்கு மகன் ஒரே சபிண்டி கரணம் செய்ய வேண்டும். மற்றபடி தானங்கள் தனித்தனியாகச் செய்ய வேண்டும். சிரார்த்தமும் தனித்தனியாகச் செய்ய வேண்டும். ஓராண்டு வரை எல்லாச் சடங்குகளையும் தனித்தனியாகச் செய்ய வேண்டும்.

கிரகண காலம், புனித இடங்கள், மகாளய அமாவாசை போன்ற வற்றின்போது அவ்விருவருக்கும் சிரார்த்தம் செய்து தனித்தனியாகப் பிண்டம் போடவேண்டும். ஏதோ ஒரு காரணமாகச் சபிண்டி கரணத்தை நிறுத்தி வைத்திருக்கும் சூழ்நிலையில், கர்மம் செய்து புத்திரனுக்குத் திருமணம் செய்யக்கூடாது. சபிண்டி கரணத்தைச் செய்த பின்னரே திருமணத்தை நடத்த வேண்டும்.

இந்தச் சபிண்டி கரணம் செய்யும் வரை இறந்தவன் பிரேத சரீரத்துடன் இருப்பான். இந்தக் காலங்களில் கர்மம் செய்பவனுக்குத் தோஷம் இருக்கும். சபிண்டி கரணம் செய்த பிறகு பிரேத சரீரம் நீங்கி இறந்த தந்தை நற்கதி அடைவான்.

இவ்வாறு முறையாகச் சபிண்டி கரணத்தையும் சிரார்த்தத்தையும் செய்பவன் பித்ருக்களின் ஆசியுடன் நன்மையை அடைவான்.' இவ்வாறு பரந்தாமன் கருடனிடம் கூறினார்.

13. கறுப்பு எள்ளும், தர்ப்பைப் புல்லும்...

கருடன், பரந்தாமனைப் பணிந்து 'பெருமானே ! கர்மம் செய்வது சார்பாக வேறு சில விவரங்களை எனக்குத் தெரிவிக்க வேண்டும். கர்மம் செய்ய வேண்டிய இடம் எப்படி இருக்க வேண்டும் ? ஏன் கோமியத்தால் மெழுக வேண்டும்? எள் மற்றும் தர்ப்பைப்புல்லின் சிறப்புகள் என்னென்ன ? இந்த விவரங்களைத் தாங்கள் எனக்குக் கூற வேண்டும்' என்று வேண்டினான்.

கர்மம் செய்யும் இடம்

'இறந்தவனுக்குக் கர்மம் செய்ய சுத்தமான இடத்தைத் தேர்ந்தெடுக்க வேண்டும். சுத்தம் செய்யப்பட்ட இடத்தைக் கோமியத்தால் நன்றாக மெழுகித் தயார்நிலையில் வைக்க வேண்டும். அந்தச் சுத்தமான இடத்தில்தான் கர்மக் காரியங்களைச் செய்ய வேண்டும்.

அசுத்தமான இடத்தில் காரியங்களைச் செய்தால் பூதங்களும் பிசாசுகளும் பைசாசங்களும் அங்கு வந்து கர்ம காரியங்களைச் செய்யவிடாமல் தடுக்கும். மேலும் இறந்தவனுக்கு நற்கதி கிடைக்காது. நரகத்தை அடைவான். சுத்தமான இடங்களில் காரியங்களைச் செய்தால் தேவர்கள் அங்கு வந்து கர்ம காரியங் களைத் தடையின்றி முடிக்க உதவுவார்கள்.

நரகத்தை நிச்சயிப்பது நாங்கள்

தண்டனையின் பெயர் : பூயோகம்

சிறிதும் வெட்கமின்றி இழிவான பெண்களுடன் கூடி, ஒழுக்கக்குறைவாக நடந்து, வாழ்க்கையில் எந்த லட்சியமும் இன்றி மிருகம்போல் வாழ்ந்தவன் அடையும் நரகம் இது. இங்கு ஜீவனை - விஷமுடைய பூச்சிகள், பிராணிகள் கடிக்கும்.

பரிசுத்தப் பொருட்கள்:

கருடனே! இதுவரை பரிசுத்தமான இடம் எது என்று கூறினேன். இனி பரிசுத்தமான பொருட்களைப் பற்றிக் கூறுகிறேன். கவனமாகக் கேட்பாயாக' என்று சொல்லி பகவான் கூறுகிறார்.

எள் :

'இப்பொருள் விஷ்ணுவாகிய என்னுடைய வியர்வையில் இருந்து தோன்றியது. எனவே எள்ளானது பரிசுத்தப் பொருளாக இருக்கிறது. எள் இருவகைப்படும். கறுப்பு எள் மற்றும் வெள்ளை எள் என்பவை அந்த இருவகை. எந்த எள்ளையும் தானத்தோடு சேர்த்து வழங்கலாம். அதனால் அதிகப் பலன் உண்டாகும். சிரார்த்த காலத்தில் கறுப்பு எள்ளே சிறந்ததாகும். அதனால் பித்ருக்கள் திருப்தி அடைவார்கள்.

தர்ப்பைப்புல் :

இன்னொரு பரிசுத்தப் பொருள் ஒன்று உண்டு. அதுதான் தர்ப்பைப் புல்லாகும். இதற்கு 'சூசைப்புல்' என்ற பெயரும் உண்டு. இது முதலில் ஆகாயத்தில் உண்டாயிற்று. இந்தத் தர்ப்பையின் ஒரு நுனிப்பகுதியில் பிரம்மாவும் இன்னொரு நுனிப்பகுதியில் சிவனும் நடுப்பகுதியில் விஷ்ணுவும் இருக்கிறார்கள். எனவே திவச காரியங்களில் தர்ப்பைப்புல் இல்லாமல் காரியம் செய்யலாகாது. மேலும் தர்ப்பைக்கு ஈர்க்கும் சக்தி உண்டு. பித்ருக்கள் சிரார்த்தத்தின்போது தர்ப்பைப்புல்லின் மேல் சூட்சும உருவில் வந்து அமர்வார்கள். தர்ப்பைக்குத் தோஷம் எதுவும் இல்லாததால் பயன்படுத்திய தர்ப்பைப் புல்லை மீண்டும் பயன்படுத்தலாம்.'

இறக்கும் தருவாயில் செய்ய வேண்டியவை:

இப்போது கருடன் மகாவிஷ்ணுவைப் பார்த்துக் கேட்கிறார்.

'பகவானே! இறக்கும் தருவாயில் இருக்கும் ஒருவன் என்ன செய்ய வேண்டும்?'

இதற்குப் பரந்தாமன் கூறுகிறார். 'கருடனே! முதலில் கோமியத்தால் நன்றாக மெழுகப்பட்ட இடத்தைத் தேர்ந்தெடுக்க வேண்டும். அவ்விடத்தில் தர்ப்பைப்புல்லைப் பரப்ப வேண்டும். அதன் மீது

படுக்க வேண்டும். நிமிர்ந்து படுக்க வேண்டும். குப்புறப்படுக்கக் கூடாது.

அப்போது வழங்க வேண்டிய தானங்களை எல்லாம் வழங்கி விட வேண்டும். உடலைவிட்டு உயிர் நீங்குவதற்கு முன்பாக உப்புதானம் செய்வது சிறந்ததாகும். இந்த உப்பு, விஷ்ணு லோகத்தில் உண்டான தாகும். இதனால் இறந்தபின் சொர்க்கத்தை அடையலாம்.

இப்போது தர்ப்பைகளின் மீது படுத்திருப்பவன் தனது கையில் தர்ப்பப்புல்லையும் துளசியையும் ஏந்த வேண்டும். விஷ்ணுவின் நாமங்களைச் சொல்ல வேண்டும். இவ்வாறு செய்தவன் இறந்த பிறகு வைகுண்ட பதவியை அடைவான்' என்று கூறினார் பகவான்.

14. எம பயம் போக்கும் எருமைதானம்

கருடன் திருமாலிடம் 'பரந்தாமா! தானங்கள் செய்ய வேண்டும்' என்று கூறினீர்கள். தானங்களின் வகைகளைப் பற்றியும் தானம் செய்யும் முறைகளைப் பற்றியும் விளக்கமாக எடுத்துரைக்க வேண்டும். தாங்கள் தானம் செய்வதைப்பற்றி அதிகம் வலியுறுத்திக் கூறுவதால் இந்த விவரங்களை அறிய விரும்புகிறேன்' என்று கேட்டான்.

திருமால் கருடனைப் பார்த்து, 'கருடனே! தானம் செய்வதற்கு நாள் பார்த்துக்கொண்டிருத்தல் கூடாது. பிறகு பார்த்துக் கொள்ளலாம் என்றும் இருக்கக்கூடாது. வாழும் காலத்திலேயே தானங்களைச் செய்து விடவேண்டும். யார், யார் எவ்வளவு காலம் இருப்பார்கள் என்று யாரும் அறியமாட்டார்கள். எனவே தானம் செய்வது அவசியம். இப்போது தானங்களின் வகைகளைப் பற்றி வரிசையாகக் கூறுகிறேன் கேள்.

உப்புதானம்: உப்பானது வைகுண்டத்தில் உண்டானதால் புனிதத் தன்மை பெற்று விடுகிறது. மேலும் உப்பு, பொருள்களுக்குச் சுவையைத் தருகிறது. உப்புதானம் செய்பவனுக்குப் புண்ணியம் உண்டாகும். அவனுக்குச் சொர்க்கத்தில் இடம் உண்டு.

நரகத்தை நிச்சயிப்பது நாங்கள்

தண்டனையின் பெயர் : பிரயணயோகம்

பிராணிகளைக் கொடுமைப்படுத்தி கொலைசெய்யும் கொடுமைக்காரர்கள் அடையும் நரகம் இது. இங்கு கூர்மையான பாணங்களை ஜீவன்களின்மீது எய்து துன்புறுத்துவார்கள்.

பருத்திதானம்: தானங்களில் பருத்தி தானம் மிகவும் சிறந்தது. பருத்திதானம் செய்வதை 'மகாதானம்' என்று அழைப்பார்கள். பருத்தி நமக்கு ஆடையாகப் பயன்படுகிறது. மானத்தைக் காக்கிறது. குளிரில் இருந்தும் வெப்பத்தில் இருந்தும் நம்மைக் காப்பாற்றுகிறது. அந்தணர்கள் அணியும் பூணூலுக்குப் பருத்தியே ஏற்றது. இந்தப் பருத்தி ஆடையைத் தானம் செய்தால் தேவர்களும் முனிவர்களும் மும்மூர்த்திகளும் பித்ருக்களும் மகிழ்ச்சி அடைந்து வாழ்த்துவார்கள். மேலும் பருத்திதானம் செய்தால் இறந்தவன் சிவலோகப் பதவியை அடையலாம். மறுபிறவியில் உயர்ந்தபதவி, புகழ், நீண்ட ஆயுள் ஆகியவற்றையும் அடையலாம்.

எள்தானம்: எள்ளுக்குத் 'திலம்' என்ற பெயரும் உண்டு. எள்ளின் உள்ளே இருக்கும் எண்ணெயில் மகாலட்சுமி வாசம் செய்கிறாள். எள்ளானது திருமாலின் வேர்வையில் இருந்து வந்ததால் புனிதத் தன்மை பெற்றுள்ளது. வெள்ளை எள், கறுப்பு எள் என இரண்டு வகையுண்டு. இதில் கறுப்பு எள் சிறந்தது. பித்ருக்கள் திருப்தி அடைவார்கள். மகிழ்ச்சி அடைவார்கள்.

பசுதானம்: வாழும் காலத்திலேயே கோதானம் மிகவும் சிறந்தது. பசு நமக்குப் பாலைத் தருகிறது. பசுவைத் தாயாகக் கொண்டாடுகிறோம். காமதேனுவின் அம்சமாகப் பசு இருக்கிறது. பசுவில் எல்லாத் தேவர்களும் தேவதைகளும் இருக்கிறார்கள். பசுக்களைக் காப்பது ஒரு உத்தமமான தர்மம் என்று வேதம் சொல்கிறது. மகாலட்சுமியின் முழு சாந்நித்தியமும் பசுவிடம் இருக்கிறது.

பசுதானம் பெறுபவர் சாதாரணமானவராக இருக்கக்கூடாது. வேதத்தை முழுமையாகக் கற்றுணர்ந்தவருக்கே பசுதானம் வழங்க வேண்டும்.

நிலதானம்: நிலதானத்தை பூமிதானம் என்றும் சொல்வார்கள். ஒரு இடத்தை வேதம் கற்ற அந்தணருக்குத் தானம் செய்தால் குடியிருக்கவும் வேதம் ஓதவும் வேள்வி செய்யவும் பயன்படும். இந்த நிலதானத்தையும் வேதம் கற்றறிந்தவர்களுக்கே வழங்க வேண்டும்.

பஞ்சபூதங்களில் ஒன்றான பூமி நமக்குத் தாயாவாள். பூமி தானம் ஒருவனுக்குப் பாவத்தைப் போக்கும். பூமிதானம் செய்தால் பூமி

எத்தனை அடி ஆழம் உள்ளதோ அத்தனை ஆண்டுகள் சொர்க்கத்தில் இருக்கலாம்.

பொன்தானம் : பொன்னானது லட்சுமிகரம் வாய்ந்தது. பொன்தானம் செய்தால் யமலோகம் செல்லும்போது தடையின்றிச் செல்ல முடியும். தேவர்களும் பித்ருக்களும் மகிழ்ந்து நன்மையைச் செய்வார்கள்.

தானியதானம் : தானியங்கள் பல வகைப்படும். அரிசியைத் தானம் செய்வது சிறந்ததாகும். இதனால் இறந்தபின் ஜீவன் பசி, தாகம் இன்றி யமலோகம் செல்லும். கடலை, மொச்சை, எள், கொள், பயிறு, துவரை, கோதுமை ஆகிய ஏழுவகைத் தானியங்களைத் தானம் செய்தால் அவனது புண்ணிய செயல்களை எமனது அருகில் இருக்கும் தர்மத்வஜன் என்பவன் எடுத்துக்கூறுவான்.

இரும்புதானம்: காலனுடைய எல்லாவித ஆயுதங்களும் இரும்பினால் ஆனவை. கூடாரம், முசலம், சூரிகை, இரும்புத் தண்டம் ஆகியவை எமனது ஆயுதங்களாகும். இரும்பைத் தானம் செய்தால் எமன் மகிழ்ச்சி அடைவான். எமதூதர்கள் இரும்புதானம் செய்யும் இடத்துக்கு வர அஞ்சுவார்கள். எமனுடைய தூதர்கள் கண்டா மிருகன், ஔதும்வரன், சம்பரன், சார்த்தூலம் ஆகியோராவர். இந்த எமதூதர்கள் இரும்புதானம் செய்தால் மகிழ்ச்சி அடைவார்கள்.

குடைதானம்: தாளங்குடை தானம் சிறந்தது. குடைதானம் செய்தால் எமபுரிக்குச் செல்லும் வழியில் நிழலாக இருக்கும். இதனால் ஜீவன் சிரமமின்றி யமலோகம் செல்லும்.

தீபதானம்: தீபதானம் செய்தால் எமபுரி செல்லும் வழியில் இருள்நீங்கி வெளிச்சம் உண்டாகும். தீபதானம் செய்தால் யமபுரியில் மேடுபள்ளம் இல்லாத நல்ல வழியில் செல்ல முடியும். தீபதானம் செய்ய சில காலங்கள் சிறந்தவை. அவை ஐப்பசி, கார்த்திகை, மாசி ஆகிய மாதங்களாகும். சதுர்த்தசி திதி அல்லது பௌர்ணமி திதி அல்லது இறந்த திதி ஆகிய ஏதாவது ஒரு திதியில் தீபதானம் செய்யலாம்.

யானை : யானைதானம் செய்வதும் மிகவும் உயர்ந்ததாகும். இந்த தானம் செய்தால் நமது வினைகள் நீங்கும். யமபுரியில் தடையின்றிச் செல்லலாம்.

குதிரை: குதிரை வேகமாக ஓடக்கூடியது. குதிரைதானம் செய்தால் யமபுரியில் தடைகளை விரைவாகக் கடந்து சிரமமின்றி அடைய முடியும்.

எருமைக்கிடா: எமனது வாகனம் எருமையாகும். எருமைக் கிடாவைத் தானம் செய்தால் யமபயம் நீங்கும்.

வெற்றிலை, பாக்கு: வெற்றிலைபாக்கு தானம் செய்தால் யமதூதர் களால் தொல்லை நேராது.

மலர்கள்: மலர்களைத் தானம் செய்தால் யமதூதர்கள் மென்மையாக நடந்துகொள்வார்கள்.

உயிர்களின் எல்லா அவயங்களிலும் அனைத்துத் தேவர்களும் இருக்கிறார்கள். உயிர்களுக்குத் தாயாகவும் தந்தையாகவும் குருவாகவும் ஸ்ரீ விஷ்ணுவே இருக்கிறார். நிலம், நீர், தீ, காற்று, ஆகாயம், பொன், தானியம், தேன், நெய், பசு, யாகம், அந்தணர், இந்திரன் ஆகிய எல்லாவற்றிலும் ஸ்ரீ விஷ்ணுவே இருக்கிறார்.

புண்ணியம் செய்தால் சொர்க்கத்தை அடையலாம். பாவம் செய்தால் நரகத்தை அடையலாம்.'

இவ்வாறு விஷ்ணுவானவர் பலவித தானங்களைப் பற்றிக் கருடனுக்கு விளக்கிக் கூறினார்.

நரகத்தை நிச்சயிப்பது நாங்கள்

தண்டனையின் பெயர் : விசஸவம்

பசுவில் எல்லா தேவதைகளும் இருக்கிறார்கள். அந்தப் பசுக்களைக் கொடுமை செய்பவர்கள் அடையும் நரகம் இது. இங்கு ஜீவனுக்கு எமகிங்கரர்கள் சவுக்கடி கொடுத்துத் துன்புறுத்துவார்கள்.

15. உயிர் எப்படிப் போகிறது?

கருடன் பகவானை நோக்கி 'ஹரியே, மனிதனின் சரீரத்தில் இருந்து உயிரானது எப்படி நீங்குகிறது? இதுபற்றி விரிவாக எடுத்துரைக்க வேண்டும்' என்று வேண்டினான்.

'கருடா! உயிரானது மனிதனுடைய உடலைவிட்டு நீங்கும்போது கண்வழியாகவோ, மூக்குவழியாகவோ, ரோமக் கால்கள் (துவாரம்) வழியாகவோ வெளியேறும். ஞானிகளுக்குக் கபாலம் விரிந்து உயிர் நீங்கும்.

உயிர் நீங்கியவுடன் உடலானது ஒரு மரக்கட்டை போல அசைவற்று இருக்கும். அந்த உடல் பஞ்சபூதாத்மகம் ஆகலாம். மனித உடல் பஞ்சபூதத்தால் ஆனது. எனவே பிருத்வி என்ற மண்ணிலும் அப்பு என்ற நீரிலும் தேயு என்ற அக்கினியிலும் வாயு என்ற காற்றினிலும் ஆகாயம் என்ற வானத்திலும் லயமாகிவிடும்.

காமம், லோபம், போகம், மதம், மாச்சர்யம் என்ற ஆறும் கர்மேந்திரியம் ஐந்தும் ஞானேந்திரியம் ஐந்தும் ஆகிய இவை உடலில் ஒளிந்துகொண்டிருக்கும். உயிர் உடலிலிருந்து பிரிந்தவுடன் மனத்துடன் ஒன்றிவிடும். மனித உடலானது எரிக்கப்பட்டு விடுகிறது. அல்லது நாசமடைந்து விடுகிறது. மனிதன், தான் செய்த

ஸ்ரீ கோவிந்தராஜன்

வினைகளுக்கேற்றபடி மறுபிறவி எடுக்கிறான். புண்ணிய ஆத்மா தன் வாழ்நாள் முடிவடைந்த பிறகு இந்திரியம் ஐந்தும் அமைந்த ஒரு தேகத்தில் குடியேறுவான்.'

உடல் உருவாகும் விதம்

கருடன் திருமாலை வணங்கி 'பகவானே! மனிதனின் உடலில் பலவித உறுப்புகள் உள்ளன. கை, கால், நாக்கு , மூக்கு, பிறப்பு உறுப்பு, நகம், ரோமம், தோல், நரம்பு, எலும்பு, ரத்தம், சதை ஆகியவை உள்ளன. இவை இந்திரஜால மந்திரவித்தை போலத் தோன்றுகிறது. எனவே இந்த உடல் உருவாகும் விதத்தைப் பற்றி விளக்கிக் கூறவேண்டும்' என்று வேண்டினான்.

அதைக் கேட்ட பகவான், 'கருடா! நீ கேட்ட கேள்விக்குப் பதில் கூறுமுன் தேவேந்திரன் மயங்கிய கதை ஒன்றைக் கூறுகிறேன், கேள். ஒரு முறை இந்திரலோகத்தில் இந்திரன் தனது சிம்மாசனத்தில் அமர்ந்தபடி சபையில் ரம்பை, ஊர்வசி முதலானோர் ஆடிய நடனத்தையும் கந்தர்வர்களின் பாடல்களிலும் மயங்கி ரசித்துக் கொண்டிருந்தான்.

அப்போது அங்கு வந்த தேவகுருவான பிரகஸ்பதியை தேவேந்திரன் கவனிக்கவில்லை. அவருக்கு உரிய மரியாதையைக் கொடுக்க வில்லை. இதனால் தேவகுரு மனம் வருந்தி எதுவும் பேசாமல் அவ்விடத்தைவிட்டுச் சென்றுவிட்டார். தெய்வத்துக்கு ஒப்பான குருவை இந்திரன் மதிக்காததால் அவனது செல்வம், வளம் ஆகிய அனைத்தும் அவனைவிட்டு நீங்கிவிட்டது.

தனது செல்வமும் வளமும் தன்னைவிட்டு நீங்கிவிட்டதைக் கண்ட தேவேந்திரன் அதற்கான காரணத்தை அறிந்தான். தனது குருவைத் தேடிப் பல இடங்களில் அலைந்தான். குருவை எங்கும் காண வில்லை. பிரம்மாவிடம் சென்று முறையிட்டான். அவன் கூறியதைக் கேட்ட பிரம்மா, 'தேவேந்திரா, நீ குருவை அவமதித்ததால்தான் இந்த நிலை ஏற்பட்டது. உன்னுடைய குரு வரும் வரையில் ஒரு குருவை உனக்குக் காட்டுகிறேன். துவஷ்டா என்ற தானவனின் மகனான விச்சுவரூவன் என்பவன் இருக்கிறான். அவனையே நீ குருவாகக் கொள்ள வேண்டும்' என்றார்.

பிரம்மா கூறியது போலவே தேவேந்திரன் விச்சுவரூவன் என்பவனைத் தன் குருவாக ஏற்றுக்கொண்டான். ஒருமுறை இந்திரன் யாகம் ஒன்றைச் செய்தான். புதிய குரு, தேவேந்திரனின் வேண்டுகோளின்படி யாகத்தைத் தொடங்கி வைத்தார். அத்துடன் சூழ்ச்சி செய்து தன் குலத்தைச் சேர்ந்த தானவர்களின் நலன்களுக்காக மந்திரத்தைச் சொல்லி வேள்வி செய்தான். அதை அறிந்த இந்திரன் கோபம் கொண்டு தனது புதிய குருவை தனது வஜ்ராயுதத்தால் வெட்டினான்.

குருவின் மூன்று தலைகளும் வெட்டப்பட்டன. ஆனால், புதிய குருவின் தவவலிமையால் சோமபானம் செய்யும் ஒரு தலை காடையானது. சுராபானம் செய்யும் தலை ஊர்க்குருவி ஆனது. அன்னபானம் செய்யும் தலை கிச்சினப்பறவை ஆனது. தனது குருவைக் கொன்றதால் இந்திரனுக்குப் பிரம்மஹத்தி தோஷம் பிடித்தது. இதைக் கண்ட தேவர்கள். அவனது தோஷத்தை நீக்க ஒரு வழியைக் கண்டுபிடித்தனர்.

பெண், மண், நீர் ஆகியவற்றை வேண்டி இந்திரனுடைய தோஷத்தைப் பங்கிட்டுக் கொடுத்தார்கள். அதற்கு அம்மூவரும் 'இந்த தோஷத்தை எவ்வாறு பங்கிட்டுக் கொள்வது?' என்று கேட்டார்கள். அதற்குப் பதில் கூற வந்த தேவர்கள் 'நீரிலே உள்ள தோஷம் நுரையாகக் கழியும். மண்ணிலே உள்ள தோஷம் உவராகக் கழியும். பெண்களுக்கு உள்ள தோஷம் பூப்பாகக் கழியும்' என்று கூறினார்.

'இதனால் எங்களுக்கு என்ன பயன்?' என்று மூவரும் கேட்டார்கள். 'பெண்கள் கருவிருக்கும் வரையில் கணவரை மருவி மகிழலாம். மண்ணகழ்ந்த குழி தானே நிறையும். நீர், இறைக்க இறைக்கச் சுரக்கும்' என்று தேவர்கள் கூறினார்கள். இதன் மூலம் இந்திரனைப் பிடித்த பிரம்மஹத்தி தோஷம் நீங்கியது. பெண்களிடம் சேர்ந்த தோஷம் மாதவிலக்காக அமைந்தது. அந்தக் காலத்தில் அவர்கள் நான்கு நாட்கள் விலகி இருக்க வேண்டும். ஐந்தாம் நாள் வீட்டு வேலைகளைச் செய்யலாம்.

ஆறாம் நாள் முதல் பதினெட்டாம் நாள் வரை இரட்டைப் பட நாட்களில் கணவனுடன் கூடி மகிழ்ந்தால் ஆண்குழந்தை

உண்டாகும். இரட்டை நாளில் சேர்வதால் பிறக்கும் மகன் குணம், தனம், பக்தி, தர்மம் ஆகிய அனைத்திலும் உயர்வாக விளங்குவான். ஐந்தாம் நாள் முதல் எட்டு நாட்களுக்குள் கர்ப்பம் தரிக்கும் காலமாகும். இக்காலத்தில் பெண்கள் இனிப்புப் பதார்த்தங்களையே சாப்பிட வேண்டும். காரமான பொருட்களைத் தொடக்கூடாது.

ஆண்கள் சந்தனம், மலர்கள், தாம்பூலம் ஆகியவற்றைத் தரித்துக் கொண்டு மங்கையருடன் சேரவேண்டும். அவ்வாறு சேரும்போது ஆணின் சுக்கிலமும் பெண்ணின் சுரோணிதமும் சேரும்போது பெண்ணின் வயிற்றில் கரு உண்டாகும். ஆணின் சுக்கிலம் அதிகமாகிவிட்டால் ஆண்பிள்ளை பிறக்கும். பெண்ணின் சுரோணிதம் அதிகமாகி விட்டால் பெண்பிள்ளை பிறக்கும். சுக்கிலமும் சுரோணிதமும் சம அளவில் இருந்தால் குழந்தை அலியாகப் பிறக்கும்.

ஆணும் பெண்ணும் சேர்ந்த ஐந்தாம் நாள் கர்ப்பம் தரித்தால் ஒரு குமிழி உண்டாகும். அது பதினான்காம் நாளில் தசையுடன் சிறிது பெரிதாகக் காணப்படும். இருபதாம் நாளில் மேலும் சிறிதளவு தசை உண்டாகும். இருபத்தைந்தாம் நாளில் இது மேலும் வளர்ந்து, ஒரு மாதம் முடிந்ததும் பஞ்ச பூதங்களின் சேர்க்கை உண்டாகும்.

இவ்வாறு சிறிது சிறிதாக வளரும்போது இரண்டாம் மாதத்தில் தோல் உண்டாகும். மூன்றாம் மாதத்தில் நரம்புகள் உண்டாகும். நான்காவது மாதத்தில் ரோமமும் உடலில் வெளிப்புறவடிவமும் உண்டாகிறது. ஐந்தாவது மாதத்தில் காதுகள், மூக்கு, மார்பு ஆகியவை உண்டாகும். ஆறாவது மாதத்தில் கழுத்து, தலை ஆகியவை உண்டாகும். ஏழாவது மாதத்தில் பிறப்பு உறுப்பு உண்டாகும். எட்டாவது மாதத்தில் எல்லா அவயங்களும் உண்டாகி ஜீவனும் உண்டாகிறது. ஒன்பதாவது மாதத்தில் ஜீவன் கழுமுனை நாடியில் இருந்துகொண்டு தனக்கு ஏற்பட்டுள்ள புதிய பிறவியை நினைத்து வருந்தும். பத்தாவது மாதத்தில் பிறக்கும்.

வாயுக்கள்: பஞ்சபூதத்தாலான இந்த உடம்பில் ஐம்புலன்களும் பத்துவித நாடிகளும் பத்துவித வாயுக்களும் உள்ளன. பிராணன், அபானன், வியானன், உதானன், சமானன், நாதகூர்மம், கிரகம், தேவதத்தம், தனஞ்சயன் என்பவையே அந்தப் பத்து வாயுக்கள்.

நரகத்தை நிச்சயிப்பது நாங்கள்

தண்டனையின் பெயர் : லாலாபகூக்ஷம்

மனைவியைக் கொடுமைப்படுத்தி முறையற்ற மோக இச்சைக்கு ஆளாக்கிக் கெடுக்கும் கொடியவர்கள் அடையும் நரகம் இது. இங்கு ஜீவனும் அதே முறையில் வதைபடும்.

ஆறுகோசங்கள்: மனிதனின் உடம்பில் ஆறு வித கோசங்கள் உள்ளன. சுக்கிலம், எலும்பு, நீர், நரம்பு, ரோமம், ரத்தம் என்பவை அந்த ஆறு வித கோசங்களாகும். உடலில் உள்ள ஒவ்வொரு பகுதியும் ஏதாவது ஒரு பஞ்சபூதத் தொடர்பைக் கொண்டுள்ளது.

உடம்பின் பகுதி - பஞ்சபூதம்

1, தோல், எலும்பு, உரோமம், சதை, நகம் - பிரிதிவி (மண்)

2. உமிழ்நீர், சிறுநீர், சுக்கிலம், புண்ணீர் ஊனீர், - அப்பு (நீர்) 3. பசி, தாகம், துக்கம், சோம்பல், காந்தி - நெருப்பு

4. விருப்பம், கோபம், பயம், வெட்கம், மோகம், உடல் இயக்கம், சுற்றுதல், ஓடுதல், கைகால்களை இயக்குதல் - வாயு

5. சப்தம், எண்ணம், கேள்வி - ஆகாயம்

இடை, பிங்கலை, கழிமுனை, காந்தாரி, கஜசிம்மஹி, பூஜை, யச்சு, அலாபு, குரு, விசாகினி ஆகிய பத்து நரம்புகள் உடலின் முக்கிய நாடிகளாக உள்ளன. மனிதன் உண்ணும் உணவு மற்றும் திரவப் பொருட்களை வாயுவே அந்தந்தப் பகுதிகளுக்குக் கொண்டுசெல் கிறது.

வயிற்றுப்பகுதியில் அக்கினி, அதற்கு மேல் தண்ணீர், அதற்கு மேல் உணவு ஆகியவை வரிசையாக உள்ளது. அக்கினி விரிவடைய வாயு உதவுகிறது. உடலில் மொத்தம் மூன்றரை கோடி உரோமங்கள் உள்ளன. பற்கள் முப்பத்திரண்டு உள்ளன. நகங்கள், கைகால்களில் மொத்தம் இருபது உள்ளன. கூந்தலில் உள்ள முடி இருபத்து ஏழு கோடி உள்ளது. உடலின் ரத்தம் ஆயிரம் பலமாகும். ரத்தம் நூறு பலமாகும்.

உடல் பாகங்களின் பெயர்கள்

அண்டத்தில் உள்ளவை பிண்டத்தில் உண்டு. பிண்டத்தில் உள்ளவை எல்லாம் மனித உடலில் உள்ளன. உடலில் உள்ள ஒவ்வொரு பகுதிக்கும் ஒவ்வொரு பெயர் உண்டு.

உடலின் பகுதி - இதன் பெயர்

1. உள்ளங்கால் - அதலலோகம்
2, கணுக்கால் - விதலம்

3. முழங்கால் - சுதலம்

4. முழங்காலுக்கு மேற்பட்ட பகுதி (-) நிதலம் ஊறுத ராதலம்

5. குஹ்யம் - ரசாதலம்

6. இடைப்பகுதி - பாதலம்

7. நாபி - பூலோகம்

8. இதயம் - சொர்க்கலோகம்

9. தோள்கள் - மகாலோகம்

10. முகம் - ஜனலோகம்

11. நெற்றி - தவலோகம்

12. தலை - சத்தியலோகம்

மேலும் மனித உடலில் பதினான்கு உலகமும் சப்த குலாசங்களும் தீவுகளும் நவக்கிரகங்களும் உள்ளன.

பிரம்மன் எழுதிய எழுத்து

ஒரு ஜீவன் கர்ப்பத்தில் தோன்றும்போதே அதற்கு ஆயுள், கல்வி, அறிவு, கோபம், யோகம், போகம் ஆகியவை நிர்ணயிக்கப் பட்டுள்ளன. 'இந்த இடத்தில் வாழவேண்டும். இங்கு வேலை சேய்ய வேண்டும். இந்த வயதில் இன்ன சம்பவம் நடக்க வேண்டும். இந்த நேரத்தில், இந்த இடத்தில் இந்த விதமாக மரணம் நேர வேண்டும்' என்று பிரம்மன் எழுதி வைத்து விடுகிறான். எனவே மறுபிறவி நல்லமுறையில் அமையவேண்டுமானால் இந்தப் பிறவியில் நல்லவிதமாக வாழ்ந்து தானதர்மங்களைச் செய்ய வேண்டும்.

எனவே முன்ஜென்ம வினைக்கேற்ப ஜீவன் மறுஜென்மத்தில் அதற்கான பலன்களை அடைகிறான். உலகில் வாழ்பவர்களின் நன்மைக்காகவே இந்த விவரங்களைக் கூறுவதாகச் சொன்னார் பகவான்.

16. எமபுரி... ஒரு சிறு குறிப்பு!

கருடன் திருமாலைத் தொழுதான். 'பெருமானே. எமபுரியைப் பற்றிச் சிறிதளவே கூறினீர்கள். மேலும் பல விவரங்களைத் தெரிவிக்க வேண்டும். எமபுரி எங்கு இருக்கிறது? அதற்கு எந்த வழியாகச் செல்ல வேண்டும்?' என்று கருடன் கேட்டான்.

பகவான் மனமகிழ்ந்து கருடனைப் பார்த்து, 'இப்போது எமபுரியைப் பற்றி விளக்கமாகக் கூறுகிறேன் கேள்' என்று சொல்லத் தொடங்கினார்.

வழியில் தடைகள் :

'எமபுரிக்குச் செல்லும் வழியில் நெருப்பு தகித்துக்கொண்டு இருக்கும். அதைத் தொடர்ந்து சென்றால் முட்களும் தீ எரியும் கொள்ளிக் கட்டைகளும் காணப்படும். அதைத் தொடர்ந்து தாங்க முடியாத குளிர் பிரதேசம் காணப்படும். பூமிக்கும் எமலோகத் துக்கும் எண்பத்தாறாயிரம் காத தூரம் உள்ளது. பாவங்கள் செய்த ஜீவன் நான் ஏற்கெனவே கூறியபடி வழியில் பல இடையூறுகளைச் சந்திக்க வேண்டியிருக்கும்.

இருக்கும் இடம்:

பொதுவாகத் தென்திசை எமதிசையாகும். இந்தத் தென்திசைக்கும் நிருதியின் திசைக்கும் நடுவில் உள்ளது எமலோகம். இதை தேவர் களாலும் அசுரர்களாலும் அழிக்க முடியாது. எமனது அரண்மனை நூறு யோசனை பரப்பளவு உள்ளது. இருபத்தைந்து யோசனை உயரமுள்ளது.

எமனது அரண்மனை நன்றாக அலங்கரிக்கப்பட்டு அழகாகக் காட்சியளிக்கும். அநேக சாளரங்களைக் கொண்டது. அந்த அரண் மனை தங்கமயமாகக் காட்சி அளிக்கும். அங்குள்ள தூண்கள் வைரத்தாலானவை.

எமனது அரண்மனையில் மெல்லிய பூங்காற்று வீசும். அங்குள்ள ஒரு மண்டபத்தில் எப்போதும் ஆடலும் பாடலும் நடந்துகொண் டிருக்கும். அங்கே ஒருபுறம் வணங்கியபடி எமதூதர்கள் நின்றுகொண்டு இருப்பார்கள். நடுவில் ஒரு சிம்மாசனத்தில் எமதர்மன் வீற்றிருப்பான். எமதர்மன் வீற்றிருக்கும் மண்டபத்துக்கு அருகில் சித்ரகுப்தனின் அரண்மனை உள்ளது. அங்குள்ள அழகிய மண்டபத்தில் சித்ரகுப்தன் வீற்றிருப்பான். அவன் ஜீவன்களின் பாவபுண்ணியங்களைப் பற்றி சரியாகக் கணக்கெழுதி வைப்பான். அவன் எழுதும் கணக்கில் சிறிது கூடப் பிழை இருக்காது.

நோய்தரும் கிரகங்கள்:

சித்ரகுப்தனின் அரண்மனைக்குக் கிழக்கே பலவித நோய்களுக்காக கிரகங்கள் அமைக்கப்பட்டுள்ளன. திசையும் அங்குள்ள நோய்க்கிரகமும் வரிசையாக அமைந்துள்ளன.

திசை	–	**நோயின் பெயர்**
கிழக்கு	-	ஜுரம்
தெற்கு	-	சூலைநோய், வைசூரி
மேற்கு	-	அஜீரணம்
வடக்கு	-	வயிற்றுவலி
தென்கிழக்கு	-	மயக்கம்
தென்மேற்கு	-	அதிசாரநோய்
வடமேற்கு	-	ஜன்னி

நரகத்தை நிச்சயிப்பது நாங்கள்

தண்டனையின் பெயர் : சாரமேயதனம்

வீடுகளுக்குத் தீவைப்பது, சூறையாடுவது, உயிர்களை வதைப்பது, விஷத்தைக் கொடுத்துக் கொல்லுதல், மக்களைக் கொன்றுகுவித்தல் போன்ற கொடிய பாவங்களைச் செய்தவர்கள் அடையும் நரகம் இது. இங்கு விசித்திரமான கொடிய மிருகங்கள் ஜீவனை வதைக்கும்.

இவ்வாறு தனித் தனியாகக் கிரகங்கள் உள்ளன. யாவும் எமனுடைய உத்தரவை எதிர்பார்த்துக் காத்திருக்கும்.

எமதர்மனுடைய அரண்மனைக்குத் தென்திசையில் பாவம் செய்த ஜீவன்களை எமதர்மர்கள் பலவாறு இம்சை செய்வார்கள். உலக்கையால் அடித்தும் இரும்பாலான ஆயுதங்களால் சிதைத்தும் சூரிகளால் சீவியும் செக்கிலிட்டு ஆட்டியும் பெரும் தணலில் போட்டு வாட்டியும் அக்கினி குண்டத்தில் வேகவைத்தும் கொடுமைப்படுத்துவார்கள். இவ்வாறு பாவம் செய்த ஜீவன்கள் தண்டனை அனுபவிப்பார்கள்.

பிறருடைய மனைவியையோ, கணவனையோ கூடி இன்பம் அனுபவித்த பாவிகளுக்கும் கொடுமையான தண்டனை உண்டு. செப்புத்தகட்டினால் ஆண்பதுமைகளையும் பெண் பதுமை களையும் செய்து வைத்திருப்பார்கள். அவை சூடேற்றப்பட்டு அக்கினிகுண்டமாகக் காட்சி அளிக்கும்.

பிற பெண்களுடன் கூடிய ஆண் ஜீவன்களை பெண்பதுமைகளுடன் சேர்ப்பார்கள். அதே போல பிற ஆண்களுடன் கூடிய பெண் ஜீவன்களை ஆண்பதுமைகளுடன் சேர்ப்பார்கள். அக்கினிகுண்ட மான பதுமைகளுடன் சேர்க்கும்போது உடல் எரியும். அதைத் தாங்கமுடியாத ஜீவன்கள் அலறுவார்கள். இந்தக் காட்சிகள் பயங்கரமானதாக இருக்கும்.

கருடனே! இவ்வாறு பலவித பயங்கர தண்டனைகள் உள்ளதென்று மக்கள் அறிவார்கள். இருந்தும் தவறு செய்கிறார்கள். பிறருடைய மனைவியுடனோ அல்லது கணவனுடனோ தொடர்புவைத்துக் கொள்ளாத நல்லொழுக்கம் உள்ளவர்களைக் காண்பது அரிதாக உள்ளது.

எனவே நரகதண்டனையை உணர்ந்து தவறுகள் செய்யாமல் இருப்பது நல்லது. நரகவேதனை என்பது ஒரு கொடிய தண்டனையாகும். ஒருவன் சொர்க்கத்துக்குச் செல்வதும் நரகத்துக்குச் செல்வதும் வினைகளின் அடிப்படையிலேயே தீர்மானிக்கப்படுகிறது. எனவே அறநெறியைக் கடைப்பிடித்து வாழ்வது சிறப்பான வாழ்வாகும்.'

எமலோகம் பற்றி வரிசையாகக் கூறியதைக் கேட்ட கருடன் பகவானைப் பார்த்து 'சுவாமி! அறநெறியைக் கடைப்பிடித்து

வாழவேண்டும் என்று கூறினீர்கள். அறநெறிகள் பற்றிக் கூற வேண்டும்!' என்று வேண்டினான்.

பகவானும் கருடனைப் பார்த்து 'கருடனே, அறநெறிகள் யுகத்துக்கு யுகம் மாறுகிறது. ஒவ்வொரு யுகத்துக்கும் ஒவ்வொரு வித தர்மம் உண்டு.

யுகம்	...	அறம்
கிருதயுகம்	...	தவம் செய்தல்
திரேதாயுகம்	...	தியானம்
துவாபரயுகம்	...	யாகங்கள் செய்தல்
கலியுகம்	...	தானங்கள் செய்தல்

எல்லா யுகங்களுக்கும் பொதுவான அறங்கள் உள்ளன. கோயில் கட்டுதல், குளம் வெட்டுதல், சத்திரம் கட்டுதல், நந்தவனம் அமைத்தல், பள்ளிகளை அமைத்தல், பசுக்கள் மேய புல்வெளி அமைத்தல், பிறருக்கு உதவுதல், பொய் கூறாமை, பிறரை ஏமாற்றாமை போன்ற அறங்கள் எவருக்கும் எக்காலத்துக்கும் பொதுவானவை. அதிதிகள், விருந்தினர் ஆகியோரை வரவேற்று உபசரிப்பதும் சிறந்த அறமாகும்,

தர்ப்பண முறைகள் :

தர்ப்பணம் செய்யும் முறைகளைப் பற்றிக் கூறுகிறேன் கேள். இல்லறத்தில் இருப்பவன் தனது தாயாதிக்காரன் இறந்து விட்டால் தவறாமல் தர்ப்பணம் செய்ய வேண்டும். இதனால் இறந்தவனுக்கு நற்கதி ஏற்படும். பிராமணர், சத்திரியர், வைசியர் ஆகிய மூன்று பிரிவினருக்கும் நான்காவது வருணத்தார் தர்ப்பணம் செய்யலாம். அதே போல் பிராமணருக்கும் சத்திரியருக்கும் வைசியன் தர்ப்பணம் செய்யலாம். பிராமணனுக்குச் சத்திரியன் தர்ப்பணம் செய்யலாம். ஆனால் பிராமணன் தன் மரபில் உள்ளவர்களுக்கு மட்டுமே தர்ப்பணம் செய்ய வேண்டும். மற்றவர்களுக்குத் தர்ப்பணம் செய்யக் கூடாது.

கர்மம் செய்பவன் கடைப்பிடிக்க வேண்டியவை :

இறந்தவனுக்குக் கர்மகாரியங்களைச் செய்பவன் மெத்தையில் படுக்கக்கூடாது. இறந்தவனை இழிவாக மற்றவர்களிடம்

பேசக்கூடாது. நல்லமுறையிலேயே பேசவேண்டும். இறந்த வனுக்குப் பன்னிரண்டு நாட்களும் தவறாது கர்மகாரியங்களைச் செய்ய வேண்டும். அவ்வாறு செய்யத் தவறினால் இறந்தவன் பிரேத ஜென்மம் அடைவான். எனவே முறையாகக் கர்மகாரியங்களைக் கிரமப்படி செய்ய வேண்டும்.

முதல்நாள் கர்மகாரியம் செய்த இடத்திலேயே மற்ற நாட்களுக்கான காரியங்களைச் செய்ய வேண்டும். மரித்த ஜீவன் ஆவியுருவில் இருப்பான். மூன்றாவது நாளில் நீரில் வசிப்பான். அடுத்த மூன்று நாட்கள் நெருப்பிலும் அடுத்த மூன்று நாட்கள் ஆகாயத்திலும் வசிப்பான். ஒருநாள், தான் இருந்த வீட்டில் வசிப்பான். எனவே ஒன்று, மூன்று, ஐந்து, ஏழு, ஒன்பது, பதினொன்று ஆகிய நாட்களில் நிவசிரார்த்தம் என்ற திவசத்தைச் செய்ய வேண்டும். அந்தந்த வருணத்தாருக்கு உரிய முறையில் பிண்ட தர்ப்பணம் செய்ய வேண்டும். இறந்த திதியில் தவறாமல் மாசிகம் செய்ய வேண்டும்.

தீட்டு யாருக்கு உண்டு:

தீட்டு பற்றி இனி கூறுகிறேன். தாயாதிக்காரனுக்குப் பத்து நாட்கள் இறந்தவன் சார்பான தீட்டு உண்டு. மூன்று மாதங்களுக்கு மேல் தெரிய வந்தால் மூன்று நாட்கள் தீட்டு உண்டு. ஆறு மாதத்துக்குள் கேட்டாலும் ஒரு வருடத்துக்குள் தெரிய வந்தாலும் ஒரு நாள் மட்டும் தீட்டு உண்டு. ஒரு வருடம் கழிந்த பின்னர் தெரிய வந்தால், குளித்தால் மட்டும் போதுமானது. இந்த விதிகள் அனைவருக்கும் பொதுவானது.'

நரகத்தை நிச்சயிப்பது நாங்கள்

தண்டனையின் பெயர் : அவீசி

பொய்சாட்சி சொல்லி ஒருவருக்குக் கெடுதலை விளை விப்பவர் அடையும் நரகம் இது. நீர்நிலைகளில் ஜீவன் களைத் தூக்கிவீசி அழுத்துவார்கள்.

17. ஈமக்கிரியை செய்ய சில விதிகள்

கருடன் திருமாலைப் பார்த்து 'பகவானே! தர்மநெறிகளைப் பற்றி விளக்கமாக எடுத்துக்கூறினீர்கள். யார் யாருக்கு எவ்வாறு பிண்டம் சேர்க்க வேண்டும்? ஒருவனது தாய், பாட்டி, கொள்ளுப்பாட்டி ஆகியோரும் தந்தை, தாத்தா, கொள்ளுத்தாத்தா ஆகியோரும் உயிரோடு இருக்கும்போது தந்தையோ, தாயோ இறந்துவிட்டால் அவர்களுக்கு எவ்வாறு பிண்டம் சேர்க்க வேண்டும்? இதுபற்றி விளக்கமாகக் கூறவேண்டும்' என வேண்டினான்.

திருமாலும் அவன் கேட்ட கேள்விகளுக்குப் பதில் கூறத் தொடங்கினார். 'கருடனே! நீ சொன்னது போல் தாய், தந்தை இருவரும் உயிருடன் இருந்தால் அவர்களுக்கு முன்னே உள்ள மூன்று பித்ருக்களின் பிண்டத்தோடு இறந்தவனின் பிண்டத்தைச் சேர்க்க வேண்டும்.

ஒவ்வொரு மகனும் தகப்பனுக்குத் திவசம் செய்ய வேண்டும். அவ்வாறு செய்தால் இறந்த தந்தையின் ஆசியால் புத்திர பாக்கியம் உண்டாகும். இனி சடங்குகளைச் செய்யக்கூடாத காலங்களைப் பற்றிக் கூறுகிறேன். அவிட்டம் முதல் ரேவதி வரை உள்ள ஐந்து நட்சத்திரங்கள் உள்ள காலத்தில் இறந்தவனுக்குச் சடங்குகள்

செய்யக்கூடாது. அந்த நட்சத்திர நாட்கள் கழிந்த பின்னரே சடங்குகளைச் செய்யத் தொடங்க வேண்டும்.

இதேபோல் ஒருவன் இறந்துவிட்டால் உடலை வெறுமனே வைத்திருக்கக்கூடாது. கனிஷ்டா பஞ்சகம் என்ற நேரத்தில், இறந்தவனுக்கு சாஸ்திரத்தில் கூறியுள்ளபடி சில கர்மங்களைச் செய்ய வேண்டும். உடலை வாசல் வழியாகக் கொண்டு வராமல், சுவரில் துளையிட்டு அதன் வழியாக வெளியே கொண்டுவர வேண்டும். மேலும் எள், பசு, நெய் ஆகியவற்றைத் தானமாகக் கொடுக்க வேண்டும்.

இறந்தவுடன் செய்ய வேண்டிய காரியங்கள் :

அதுபோல ஒருவன் இறந்தவுடன் செய்ய வேண்டிய அவசர காரியங்கள் பல உள்ளன. ஒருவன் இறந்தவுடன் அவனது கால்களையும் கைகளையும் கட்டவேண்டும். அனைவரும் அருகே இருக்க வேண்டும். இறந்த வீட்டில் உணவைச் சுவைப்பதும் உண்பதும் கூடாது.

கிராமமாக இருந்தால் கிராமமக்கள் அனைவரும் இறந்தவனை அடக்கம் செய்யும் வரை உணவும் நீரும் உண்ணக் கூடாது. இறந்தவனின் அருகில் படுத்து உறங்கக்கூடாது. இறந்த வீட்டில் கணவனும் மனைவியும் ஒன்றாக இருத்தலும் கூடாது.

இறந்த வீட்டுக்கு அருகில் உள்ள கோயிலை அடைத்து வைத்திருக்க வேண்டும். இறந்தவனின் உடலை எடுத்துச் சென்ற பிறகே கோயிலின் நடை திறக்கப்பட வேண்டும். இறந்த வீட்டில் மகிழ்ச்சியாகச் சிரிப்பதும் ஆடுவதும் ஓடுவதும் கூடாது. அனைவரும் பிரார்த்தனை செய்ய வேண்டும்.

இறந்த வீட்டில் தாம்பூலம் போடக்கூடாது. மதுபான வகைகளையும் அருந்தக்கூடாது' என்று கூறினார் பகவான்.

இப்போது கருடன், 'பகவானே, தீட்டு பற்றி இன்னும் விளக்கமாகக் கூற வேண்டும்' என்று வேண்ட, பகவானும் கூறத் தொடங்கினார்.

'கருடனே ! பிராமணனுக்குக் குழந்தை பிறந்தாலும் பிராமணன் இறந்தாலும் அவனது தாயாதிக்காரனுக்குப் பத்து நாட்களும் தீட்டு உண்டு. தீட்டு உள்ளவர் வீட்டில் மற்றவர் உணவருந்தக்கூடாது.

மேலும் தற்கொலை செய்து கொண்டவனுக்கும் கொடிய மிருகங்களால் கொல்லப்பட்டவர்களுக்கும் தீயில் விழுந்து இறந்தவர்களுக்கும், வெளிநாடு சென்று இருக்கும் போது அல்லது வெளியூர் சென்று இருக்கும்போது இறந்தவர்களுக்கும் உடனே கருமம் செய்யக்கூடாது.

பொதுவாக நெருங்கிய உறவினர் இறந்த செய்தியைக் கேட்டவுடன் குளித்து விட வேண்டும். அரசன், துறவி, வேள்விசெய்பவன் ஆகியோருக்குத் தாயாதிக்காரர்கள் இறந்தால் தீட்டுக் கிடையாது. ஒருவனுக்குப் பெண் குழந்தை பிறந்தால் தாயாதிக்காரர்களுக்கு தீட்டுக் கிடையாது. பெற்ற தாய்க்கு மட்டும் பத்து நாட்கள் தீட்டு உண்டு.

யாகம் செய்யும்போது, திருமணக்கோலத்தில் இருக்கும் போது, கோயில் திருவிழாவின்போது, கையில் கங்கணம் கட்டிக் கொண்டவர்களுக்குத் தீட்டுக் கிடையாது. அப்போது யார் இறந்தாலும் இது பொருந்தும்.

தீட்டுக் காலங்களில் பிராமணர்களுக்குத் தானம் செய்யலாம். போரில் ஒருவன் இறந்தால் அவனைச் சேர்ந்தவர்களுக்கு ஒரு நாள் மட்டும் தீட்டு உண்டு.

நரகத்தை நிச்சயிப்பது நாங்கள்

தண்டனையின் பெயர் : பரிபாதனம்

மதுவை, தானும் உட்கொண்டு பிறருக்கும் கொடுத்து குடிமக்களைக் கெடுப்பவர்கள் அடையும் நரகம் இது. நெருப்புக்குழம்பை குடிக்கச்சொல்லி இங்கு வதைப் பார்கள்.

18. பிரயோபவேசம், சந்நியாசம், தீர்த்தயாத்திரை

கருடன் திருமாலை நோக்கி, 'பெருமாளே, புனிதயாத்திரை செய்வதால் ஏற்படும் பலன்கள் யாவை? சந்நியாசிக்கு உரிய கடமைகள் என்னென்ன? அந்தத் தர்மத்தில் இருந்து தவறுபவர்களின் நிலை என்ன? பிரயோபவேசம் என்றால் என்ன? இவை பற்றியெல்லாம் விளக்கமாகக் கூறவேண்டும்' என்று வேண்டினான்.

பகவான் கருடனைப் பார்த்து முதலில் பிரயோபவேசம் பற்றிச் சொல்லத் தொடங்கினர்.

பிரயோபவேசம்:

'ஒருவன் ஆகாரம் எதுவும் எடுத்துக் கொள்ளாமல், தர்ப்பைப் புல்லால் செய்யப்பட்ட ஆசனத்தில் இருந்துகொண்டு என்னையே துதித்துக்கொண்டு இறந்தால் அவன் வைகுண்டத்தை அடைவான். இவ்வாறு இருப்பதற்குப் பிரயோபவேசம் என்று பெயர். இவ்வாறு இருக்கும் ஒவ்வொரு நாளுக்கும் ஒரு ஹோமம் செய்த புண்ணியம் உண்டாகும்.

உலக வாழ்க்கையின் நிலையாமையை உணர்ந்து பிரயோபவேசம் செய்தவன் நல்லுலகை அடைவான். பிரயோபவேசம் செய்பவன் இடையில் நிறுத்திவிட்டு இல்லறத்தில் ஈடுபட விரும்பினால்

அதற்கான பிராயச்சித்தங்களைச் செய்த பிறகே இல்லற தர்மத்தில் ஈடுபட வேண்டும்.

சந்நியாச வாழ்க்கை: இனி சந்நியாச வாழ்க்கையைப் பற்றிக் கூறுகிறேன். ஒரு சந்நியாசி தனக்குரிய தர்மங்களின்படி நடந்து வந்தால் இறக்கும்போதும் அவன் சந்நியாசி ஆனது முதல் இறந்தது வரை ஒவ்வொரு நாளுக்கும் இரண்டு வேள்விகள் செய்த பலன் உண்டாகும். ஒருவன் உடல்நலக்குறைவு காரணமாகச் சந்நியாசம் பெற்று, பின்னர் வியாதி குணமாகி, மீண்டும் இல்லற வாழ்வில் ஈடுபடவிரும்பினால் அல்லது ஈடுபட்டால் மகாரோகம் உண்டாகும். அவனை யாரும் பார்க்கக்கூடாது.

தீர்த்தயாத்திரை: தீர்த்தயாத்திரை செல்பவர்களுக்கு தேவர்கள் உதவுவார்கள். தீர்த்தயாத்திரை செல்லும் போது ஒருவன் இறந்தால் அவன் சொர்க்கத்தை அடைவான். தீர்த்த யாத்திரை செய்பவர்களை ஸ்ரீ விஷ்ணுவின் கணங்கள் காப்பாற்றுவார்கள்.

ஒருவன் புனிதத் திருத்தலத்தில் வசித்துவிட்டு, வேறொரு இடத்துக்குச் சென்று இறந்துவிட்டால் அவன் மறுபிறப்பில் காவிரி நதிக் கரையில் உள்ள வைதீக அந்தணர் வீட்டில் பிறப்பான். அவன் சகல சாஸ்திரங்களைக் கற்றிடுவான். ஒழுக்கமுடன் வாழ்வான். குருவிடம் பக்தியுடன் இருப்பான். முடிவில் வைகுண்டம் அடைவான்.

ஒருவன் இந்தக் குறிப்பிட்ட திருத்தலத்தில்தான் இறப்பேன் என்று உறுதிசெய்து கொண்டு, அங்கு சென்றுவிட்டு திரும்ப தனது ஊருக்கு வந்தால் அவன் பெரிய பாவியாவான். அவன் பிராயச்சித்தம் செய்துகொள்வது அவசியம்.

ஒருவன் திருமாலின் க்ஷேத்திரத்தில் இறக்க உறுதிகொண்டு யாத்திரை செய்யும்போது அவன் வைக்கும் ஒவ்வொரு அடிக்கும் ஒரு பசுவைத் தானம் செய்த பலன் உண்டாகும். வேறு ஏதாவது காரணத்தால் யாத்திரை செய்தவன் திரும்பி வந்தால் அவன் நடந்துசென்ற ஒவ்வொரு அடிக்கும் ஒரு பசுவைக் கொன்ற பாவம் உண்டாகும்.

ஒருவன் செய்யும் பாவம் க்ஷேத்திர தரிசனத்தாலும் தீர்த்தப் பிரசாதங்களாலும் நிவர்த்தியாகும். அந்த க்ஷேத்திரத்தில் பாவத்தைச் செய்தால் பாவங்கள் அவனைவிட்டு நீங்காது.' இவ்வாறு பகவான் புனிதயாத்திரை பற்றிக் கருடனுக்கு விளக்கமாகக் கூறினார்.

நரகத்தை நிச்சயிப்பது நாங்கள்

தண்டனையின் பெயர் : க்ஷாரகர்த்தமம்

தீயசெயல்களைப் புரிந்தவுடன் நல்லோரையும் பெரியோரையும் அவமதித்து, நானென்ற அகந்தை யுடன் வாழ்ந்த ஜீவன்கள் அடையும் நரகம் இது. இங்கு கோரமான உருவம் கொண்ட பிசாசுகள் ஜீவனைத் துன்புறுத்தும்.

19. துர்மரணப் பரிகாரங்கள்

கருடன் பெருமானைப் பார்த்து, 'பெருமானே! துர்மரணம் அடைந்தவன் என்று யாரைக் கூறுகிறோம்? அவன் என்ன கதியை அடைகிறான்? அவனுக்கு எந்தவிதத்தில் கர்மம் செய்ய வேண்டும்? அந்த விவரங்களைக் கூறவேண்டும்' என்று வேண்டினான்.

பெருமாளும் கருடனை நோக்கி 'கருடா! நான் ஏற்கெனவே துர்மரணம் அடைந்தவர்களைப் பற்றிக் கூறி இருக்கிறேன். இப் போது இன்னும் விளக்கமாகக் கூறுகிறேன்' என்று கூறி மேலும் விவரங்களைக் கூறலானார்.

'இயற்கைக்கு மாறுபட்டு இறப்பு நிகழும்போது அது துர்மரணம் ஆகிவிடுகிறது. தூக்குப்போட்டுக் கொள்ளுதல், விஷத்தைக் குடித்தல், தீயில் விழுதல், வைரத்தைப் பொடி செய்து உண்ணுதல், பறவைகளின் அலகினாலும் மாடு முட்டியதாலும் காயம் பட்டு இறத்தல், நீரில் விழுதல், நாய், நரி கடித்து இறத்தல், தொழுநோயால் உடலில் புழு உண்டாதல், அடிபட்டு இறத்தல், இடி விழுதல், மரம் மேலே விழுதல், கொலை செய்யப்படுதல், பயணத்தின்போது விபத்துக்குள்ளாகி இறத்தல், விஷப்பிராணிகள் கடித்து இறத்தல், போதைப்பொருளை உட்கொண்டதால் இறத்தல் என்று பல காரணங்களால் மரணம் ஏற்பட்டவர்கள் துர்மரணம் அடைந்த

ஜீவன்களாகக் கருதப்படுவார்கள். இவர்கள் நரகத்தை அடைவார்கள். இவ்வாறு இறந்தவர்களைச் சேர்ந்த சுற்றத்தாருக்குத் தீட்டு இல்லை.

பரிகாரங்கள்:

இவ்வாறு துர்மரணம் அடைந்த ஜீவன்களுக்கு நாராயணபலியை முதலில் செய்த பிறகே மற்ற சடங்குகளைச் செய்ய வேண்டும். பிராமணன் துர்மரணம் அடைந்தால் ஆறுமாதம் கழித்துக் கர்மங்களைச் செய்ய வேண்டும். சத்திரியனாக இருந்தால் இரண்டு மாதம் கழித்த பின்னரும் வைசியனாக இருந்தால் பதினைந்து நாட்களுக்குப் பின்னரும் சூத்திரராக இருந்தால் அவன் இறந்த உடனேயும் கர்மங்களைச் செய்ய வேண்டும். நாராயண பலியைப் புண்ணிய தீர்த்தக் கரையிலோ, புண்ணிய திருத்தலத்திலோ செய்ய வேண்டும்.

செய்யும் முறை:

வேதமந்திரங்களைச் சொல்லி பகவான் நாராயணனை ஆராதனை செய்ய வேண்டும். தெற்குமுகமாக நின்று இறந்தவன் நற்கதி அடையப் பிராரத்தனை செய்யவேண்டும். 'சங்குசக்கரத்தைத் தரித்திருப்பவரே, பட்டுப்பீதாம்பரத்தை அணிந்திருப்பவரே, என்றும் நித்தியமாக இருப்பவரே, அந்தர்யாமியாகவும் அழகிய மங்கள விக்கிரகமாக, கல்யாண குணவடிவமாக இருப்பவரே, மரித்த ஜீவனுக்குத் தேவரீர் நற்கதியைக் கொடுக்க வேண்டும்' என்று பகவானைப் பிரார்த்தனை செய்து, பின்னர் பிராமணர்களை உணவருந்தச் செய்து தானியதானம் கொடுக்க வேண்டும். அதைத் தொடர்ந்து பிண்ட தர்ப்பணம் செய்ய வேண்டும்.

மறுநாள் தங்கத்தால் மகாவிஷ்ணுவின் சிலையையும் தாமிரத்தால் ருத்ரரின் சிலையையும் வெள்ளியினால் பிரம்மாவின் சிலையையும் இரும்பினால் எமனது சிலையையும் செய்யவேண்டும். மேற்கில் விஷ்ணுவையும் கிழக்கில் பிரம்மனையும் தெற்கில் எமனையும் வடக்கில் ருத்ரனையும் மத்தியில் இறந்தவனின் பிரதிமையையும் வைத்துப் பூஜிக்கவேண்டும்.

ஐந்து கும்பங்களை வைத்து அவற்றில் நவரத்தினங்களைப் போட்டு அவற்றுக்குப் பூணூலிட்டு அலங்காரம் செய்ய வேண்டும்.

மேற்கண்ட ஐந்து தேவர்களையும் குறித்துத் திவசம் செய்து எட்டு வகைத் தானங்களைச் செய்ய வேண்டும். பித்தளைப் பாத்திரத்தில் திலகமும் ஹிரண்யமும் வைத்துத் தானம் செய்ய வேண்டும்.

ரிக்வேதம், யஜுர்வேதம், சாமவேதம் ஆகியவற்றை நன்குணர்ந்த வேதவிற்பனர்களை அழைத்து வந்து வேதம் ஓதச் செய்ய வேண்டும். ரிக்வேத விற்பன்னருக்கு பூமிதானம் செய்ய வேண்டும். யஜுர்வேத விற்பன்னருக்குக் கன்றுடன் கூடிய பசுவையும் சாமவேதம் ஓதியவருக்குச் சம்பா நெல்லையும் தானமாக வழங்கவேண்டும்.

அத்துடன் முன்னூற்று அறுபது பலா இலைகளின் காம்புகளினால் இறந்தவனின் உடலைப் போல் பிரதிமை ஒன்றைச் செய்ய வேண்டும். பிரதிமைகளின் உடம்பில் எந்தப் பாகத்துக்கு எத்தனை காம்புகள் வைக்க வேண்டும் என்ற விவரத்தை கூறுகிறேன். கவனமாகக் கேள்.

உடலின் பாகங்கள் - வைக்கவேண்டிய காம்புகள்

தலை	-	நாற்பது	கழுத்து	-	பத்து
மார்பு	-	இருபது	வயிறு	-	இருபது
கரங்கள்	-	நூறு	இடை	-	இருபது
தொடை	-	நூறு	முழங்கால்	-	முப்பது
இனக்குறி	-	நான்கு	விருஷனம்	-	ஆறு
கால்கள்	-	பத்து			

மேற்கண்டவாறு முன்னூற்று அறுபது காம்புகளை வைக்க வேண்டும். இப்போது தலைக்குத் தேங்காயும் முகத்துக்கு பஞ்ச ரத்தினமும் நாவுக்கு வாழைப்பழமும் மூக்குக்கு எள்ளுப்பூவும் காதுக்கு எள்ளும் நரம்புக்குத் தாமரைத் தண்டும் தசைக்கு அன்னமும் ரத்தத்துக்குத் தேனும் மயிர்களுக்குச் சௌரியும் தோலுக்கு மான் தோலும் தனப்பகுதிக்கு குன்றியும் நாபிக்குத் தாமரைப்பூவும் மர்மப் பகுதிக்கு பனங்காய்களையும் வைத்து சந்தனம் பூசி, மலர்களால் அலங்கரித்து சாஸ்திரமுறைப்படி சடங்குகளைச் செய்யவேண்டும். இதன் மூலம் துர்மரணம் அடைந்தவன் நற்கதி அடைவான். இவ் விதம் கர்மம் செய்யும் புத்திரனுக்குப் பத்து நாட்கள் தீட்டு உண்டு. தாயாதிக்காரருக்கு மூன்று தினங்கள் தீட்டு உண்டு' என்றார்.

இப்போது கருடன் பகவானைப் பார்த்து, ‘விருஷோற்சர்க்கம் பற்றிக் கூற வேண்டும்’ என்றான். பகவான் கூறினார் ‘கருடனே, இரண்டு விதமான விருஷோற்சர்க்கங்கள் உள்ளன. முதல் வகையைப் பற்றி முதலில் கூறுகிறேன் கேள்.

கார்த்திகை மாதத்துப் பௌர்ணமியில் அல்லது வேறு புனித தினத்தில், உத்தராயண புண்ணிய காலத்தில், சுக்கில பட்சத்தில் அல்லது கிருஷ்ண பட்சத்தில் (வளர்பிறை அல்லது தேய்பிறை) அல்லது துவாதசியில் தூய்மையான உள்ளத்துடன், புனிதத் திருத் தலத்தில் வேதம், சாஸ்திரம் இவற்றை கற்றுணர்ந்த ஒழுக்கமுடைய அந்தணர்களை அழைத்து வந்து ஹோமம் செய்ய வைக்க வேண்டும். பிறகு பூர்ணாஹுதி செய்வித்து, ஒரு பசுக்கன்றை நீராட்டி ஆடை, பூ சாத்தி, வேறு நான்கு ஆண்கன்றுகளுடன் அக்கினியை வலம்வரச் செய்ய வேண்டும். வடக்கு முகமாக நின்று அந்தப் பசுவின் கன்றை அந்தணருக்குத் தானம் செய்ய வேண்டும்.

கருடனே ! இப்போது வேறு வகை விருஷோற்சர்க்கத்தைப் பற்றி கூறப் போகிறேன். மேற்குறிப்பிட்ட ஏதாவது ஒரு நல்ல நாளில் ஒரு இடத்தை கோமியத்தால் சுத்தம் செய்து, ஹோமம் வளர்க்க வேண்டும். ஒரே நிறமுள்ள காளைக்கன்று ஒன்றையும் அதைவிடச் சிறிய கிடாக்கன்றையும் அதனுடன் கொண்டுவந்து ,மஞ்சள் நீராட்டி, ஆடை, மலர் ஆகியவற்றால் அலங்கரித்து அதன் வாயில் தர்ப்பணம் செய்து விடுத்து, சிரார்த்தம் செய்து பதினைந்து நாட்கள் வரை பிராமணர்களுக்கு உணவளித்து, வெள்ளி, பூமி, உதக கும்பம், ஆடைகள் ஆகியவற்றைத் தானம் செய்தால் நூற்று ஒன்று தலை முறையில் உள்ளவர்கள் மோட்சம் அடைவார்கள். இவ்வாறு செய் வதற்குக் காமிய விருஷோத்சர்க்கம் என்று பெயர்.’

இவ்வாறு பரந்தாமன் இரண்டு வித விருஷோத்சர்க்கம் பற்றிக் கூறினார்.

நரகத்தை நிச்சயிப்பது நாங்கள்

தண்டனையின் பெயர் : ரக்ஷோகனம்

நரமேத யாகம் செய்தவனும் மனித மாமிசத்தைப் புசித்தவனும், வாயில்லா சாதுவான பிராணிகளை வதைத்துக் கொடுஞ்செயல் புரிந்த பாவிகளும் அடையும் நரகம் இது. இங்கு ஜீவன்களால் பாதிக்கப்பட்டவர்களே, ஜீவன்களை முன்னின்று வதைப்பார்கள். பாதிக்கப்பட்ட மிருகங்களும் வதைக்கும்.

நரகத்தை நிச்சயிப்பது நாங்கள்

தண்டனையின் பெயர் : சூலப்ரோகம்

தனக்கு எந்தவிதக் கெடுதல்களையும் செய்யாதவர்களைக் கொல்லுதல், சூழ்ச்சி செய்து கொல்லுதல், தற்கொலை செய்து கொள்ளுதல், நம்பிக்கைத் துரோகம் செய்தல் ஆகிய பாவச் செயல்களைச் செய்த ஜீவன்கள் அடையும் நரகம் இது. இங்கு ஜீவன்களை, கொடிய பறவைகள் குத்திக் குத்திக் குதறும். சூலத்தாலும் குத்துவார்கள்.

20. சொர்க்கம் யாருக்கு?

கருடன் திருமாலிடம் மேலும் பல கேள்விகளைக் கேட்க விரும்பி, 'பகவானே, உயிர்களின் இன்ப துன்பங்களுக்குக் காரணம் என்ன?' என்று கேட்டான்.

அதற்குப் பதிலளித்த திருமால் 'கருடனே!' மனிதன் உயிரோடு இருக்கும் காலத்திலும் இறந்த பின்பும் இன்ப, துன்பங்களை அனுபவிக்கிறான். இவ்வாறு இன்பமும் துன்பமும் பெறுவதற்கு அவன் செய்த நல்வினை - தீவனைகளே காரணமாகும்.

பாவச்செயல்கள்:

உண்மை பேசுவது புண்ணியம். பொய் சொல்லுதல், பொய் பத்திரம் எழுதுதல் ஆகியவை பாவச்செயல்களாகும். பூமிதானம் செய்து விட்டு, மீண்டும் தானம் கொடுத்த பூமியை அபகரிப்பது பாவமாகும். தானமாகப் பெற்றவன் அந்தப் பூமியின் பயனை அடையாமல் செய்தவனும் தானம் கொடுத்தவன் வழக்குத் தொடர்ந்தாலும் வழக்குத் தொடர்ந்தவனுக்கு யாராவது உதவிசெய்தாலும் அவர்கள் பிரளய காலம் வரையில் நரகவாசம் செய்வர்.

ஒருவன் செய்யும் தொழிலைக் கெடுப்பது ஆயிரம் பசுக்களைக் கொன்ற பாவமாகும். பசுவைக் கம்பால் அடித்தாலும் பாவமாகும்.

ஒரு பசுவைக் கொன்றுவிட்டு நூறு பசுவைத் தானம் கொடுத்தாலும் பலன் இல்லை. பசுவைக் கொன்ற பாவம் விடாது. வேதம் கற்ற உத்தமப் பிராமணனுக்குத் துன்பம் செய்யாமல் உதவிசெய்தால் அதனால் தேவர்கள் திருப்தி அடைவார்கள். ஒரு அரசன் அந்தணருடைய பொருளை அபகரித்தபின் போருக்குச் சென்றால் அப்போரில் அந்தச் சேனை முழுவதும் அழியும்.

முன்னோர் ஒருவனுக்குத் தானமாகக் கொடுத்த பொருளைத் திரும்பப் பிடுங்கிக்கொள்ளக்கூடாது. அவ்வாறு அபகரித்தால் நூற்றுப் பதினாறு ஆயிரம் ஆண்டுகள் மலத்தில் கிருமியாகப் பிறந்து அவதிப்படுவான். தெய்வத்தின் பொருளை அபகரித்தாலும் வேதியரது பொருளை அபகரித்தாலும் அந்த வேதியரை அவமதித்தாலும் அவ்வாறு செய்தவரின் குலம் நாசமடையும்.

சங்கராந்தி அன்று புண்ணியகாலத்தில் தானதர்மத்தைச் செய்தால் சூரியன், தானம் செய்தவனுக்கு அளவற்ற பொருளை வாரி வழங்குவான். பிராமணனுக்கு உள்ள கடமைகள் ஓதுவித்தல், யாகம் செய்தல், தானம் ஏற்றல் என்பனவாகும். தானம் பெறுவதால் தோஷம் இல்லை. இதனால் உண்டாகும் பாபம் ஜபதபங்களால் நீங்கும்.

ஒழுக்கத்திலிருந்து பிறழாமலும் தவிர்க்கப்படவேண்டிய உணவு வகைகளை உண்ணாமலும் இருக்கும் பிராமணன், கடலால் சூழப்பட்ட இவ்வுலகை எல்லாம் தானமாகப் பெற்றாலும் தோஷ மில்லை. தானம் கொடுத்தவனுக்கு நல்ல பலன்கள் உண்டாகும்.'

இவ்வாறு இன்ப துன்பங்கள், மற்றும் தானங்களின் விளைவுகளைப் பற்றிப் பகவான் கருடனுக்கு விளக்கிக் கூறினார்.

கருடன் பகவானைப் பார்த்து 'பகவானே, இனி நித்திய சிரார்த்தம், வருட சிரார்த்தம் (திவசம்) பற்றிக் கூற வேண்டுகிறேன்' என்றான்.

இதைக் கேட்ட பகவான் கருடனைப் பார்த்து, 'காசிபன் மகனான கருடனே! சிரார்த்தம் குறித்து விளக்கமாகக் கூறுகிறேன் கேள். முதல் ஒரு வருடத்தில் மாதாமாதம் மாசிகம் செய்யவேண்டும் என்று கூறினேன். ஒரு வருடம் ஆனதும் வருஷாத்தியம் செய்யவேண்டும் என்றும் கூறினேன். அதன் பிறகு ஆண்டுதோறும் சிரார்த்தம் (திவசம்) செய்ய வேண்டும்.

பன்னிரண்டாம் நாள் செய்யும் சபிண்டிகரணம் ஏதாவது ஒரு காரணத்தால் நிறுத்தப்பட்டிருக்கலாம். அந்த நிலையில் மாதாமாதம் மாசிகம் மட்டும் செய்து வரலாம். ஏதாவது ஒரு தீட்டு வந்து குறிப்பிட்ட மாத மாசிகத்தை நிறுத்தினால், அந்த மாசிகத்தை அடுத்த மாசிகத்துடன் சேர்த்துச் செய்யவேண்டும். சபிண்டி கரணம் செய்து, அதைத் தொடர்ந்து மாசிகம் செய்து வந்தால், தீட்டு காரணமாக ஒரு மாசிகம் நின்றுவிட்டால், தீட்டு நீங்கிய பிறகு அந்த மாசிகத்தைச் செய்ய வேண்டும்.

உபநயனம் செய்விக்கப்படாத புத்திரன் சிரார்த்தம் செய்யும் சூழ்நிலை ஏற்பட்டால் சங்கல்பம் செய்த பிறகே சிரார்த்தம் செய்ய வேண்டும். புனிதப் பயணம் செய்யும்போது ஒரு குழுவாகச் சென்றவர்களில் பலர் ஒரே நேரத்தில் இறந்துவிட்டால் அவர்களில் யார் இறந்த செய்தி முதலில் கிடைக்கிறதோ, அவருக்கு முதலிலும் மற்றவர்களுக்கு அதன் பிறகும் செய்ய வேண்டும்.

இறந்த தினம் தெரியாமல் இறந்த மாதம் தெரியாமல் இருக்கலாம். அத்தகைய சூழ்நிலையில் ஆடி, புரட்டாசி, மார்கழி, மாசி ஆகிய மாதங்களில் தேய்பிறை அஷ்டமியிலாவது அமாவாசையிலாவது செய்யலாம். புனித யாத்திரையின்போது ஒருவர் இறந்த, இறந்த தினம், மாதம் ஆகிய விவரங்கள் தெரியாவிட்டால், இறந்தவன் புனித யாத்திரைக்குப் புறப்பட்ட திதியில் கிரியைகளைச் செய்ய வேண்டும்.

ஒருவன் தாய் தந்தையர் இறந்த திதியை மறந்துவிட்டால் அஷ்டமி யிலாவது, ஏகாதசியிலாவது, அமாவாசையிலாவது அவர்களுக்கான சிராத்தத்தைச் செய்யவேண்டும். சிரார்த்தத்தை விட்டுவிடக்கூடாது. அவ்வாறு விட்டுவிட்டால் அவன் சண்டாளனாவான். ஒருவன், தான் இருக்கும் வரை பெற்றோருக்காக நித்திய சிரார்த்தம் (தினமும் திவசம் செய்தல்) செய்தால் நன்மை உண்டாகும்.

கருடா! நித்திய சிரார்த்தம் பற்றிக்கூறினேன். இதில் விசேஷ சடங்கோ, ஆவாஹனமோ இல்லை. அதேபோல் போஜனம் செய்ய வரும் பிராமணனுக்கும் சட்ட, திட்டம் எதுவுமில்லை. இந்த நித்திய சிரார்த்தத்தின் போது ஒரு பிராமணனுக்கு போஜனம் செய்வித்தல் மட்டுமே போதுமானது.'

நரகத்தை நிச்சயிப்பது நாங்கள்

தண்டனையின் பெயர் : சுசீமுகம்

அறத்தைச் செய்யாமல் தீயவழிகளில் பொருளைச் சேர்த்து, பிறரைத் துன்புறுத்தி கர்வத்துடன் நடந்து, பொருள்களையும் பணத்தையும் பதுக்கிவைத்தவர்கள் அடையும் நரகம் இது. இங்கும் ஜீவன், உதவி செய்ய யாருமின்றி பசியாலும் தாகத்தாலும் தவிக்கும். எம தூதர்கள் துன்புறுத்துவார்கள்.

இப்போது பகவான் கருடனைப் பார்த்துக் கூறுகிறார். 'கருடா! நீ என்னைக் கேட்ட எல்லாவிதக் கேள்விக்கும் உரிய விளக்கங்களை அளித்து இருக்கிறேன். இனி கேட்க வேண்டிய கேள்விகள் இருந்தால் கேட்கலாம்' என்றார்.

கருடனும் பகவானை நோக்கி, 'பகவானே! உலக வாழ்க்கையின் நிலையாமை பற்றியும் உதவிசெய்வதால் ஏற்படும் நன்மை குறித்தும் கூறவேண்டும்' என்று வேண்டினான்.

திருமால் கருடன் வேண்டியபடி நிலையாமைத் தத்துவத்தைப் பற்றி விளக்கத் தொடங்கினார்.

'அளவற்ற செல்வத்தையும் பொருளையும் அடைந்திருக்கும் ஒருவன் தானமும் செய்யாமல், தானும் அனுபவிக்காமல் இருக்கும் நிலையைப் பார்த்து, பூமாதேவி அவனது அறியாமையை நினைத்துச் சிரிப்பாள். நிரந்தரமாக இவற்றை அனுபவிக்க இவன் நினைக்கிறான். ஆனால், உடுத்தியிருக்கும் துணியும் அரைஞாண் கயிறும்கூட இவனுடன் எமலோகத்துக்கு வராதே என்ற எண்ணி நகைப்பாள்.

ஒரு அந்நியனுக்கு உதவிசெய்வதைவிடத் தாய், தந்தையருக்குக் கொடுக்கலாம். தந்தைக்குக் கொடுக்கும் பொருள் நூறு மடங்கு புண்ணியத்தைத் தரும். தாய்க்குத் தரும் பொருள் ஆயிரம் மடங்கு புண்ணியத்தைத் தரும். உடன்பிறந்தவர்களுக்கும் சகோதரிக்கும் கொடுத்தால் லட்சம் மடங்கு புண்ணியம் வரும். சகோதரனுக்குக் கொடுத்தால் அளவற்ற புண்ணியம் வரும்.

ஒருவன் சேர்த்த செல்வத்தைப் பிறருக்குத் தானமாக அளிக்க வேண்டும். சுயநலத்தின் காரணமாக தான் மட்டுமே அனுப விப்பேன் என்று எண்ணிக்கொள்பவன், பரிதாபத்துக்கு உரியவன். இவனைப் பார்த்து எமன் சிரிப்பான். இவன் நம் கையில் அகப் பட்டுத் தவிக்கப் போகிறான். அதற்குள் இப்படி ஆட்டம் போடுகிறானே!' என்று நினைப்பான்.

எனவே இயன்றவரை பிறருக்கு உதவுவதே சிறந்தது. புண்ணியம் ஆகும்' என்று பகவான் கருடனுக்குக் கூறி அருளினார். இப்போது கருடன் அடுத்த கேள்வியைக் கேட்க நினைத்தான்.

கருடன் திருமாலைப் பார்த்து 'நித்திய சிரார்த்தம் என்றால் என்ன? யாருக்குச் சொர்க்கம் கிடைக்கும்?' என்று கேட்டான்.

திருமால் கருடனைப் பார்த்து, 'கருடா! நித்திய சிரார்த்தம் பற்றிக் கூறுகிறேன். கேள். ஒருவன் இறந்த பிறகு ஆண்டு தோறும் சிரார்த்தம் செய்வது வழக்கம். நித்திய சிரார்த்தத்தில் ஒரு வேதத்தை நன்கு கற்ற ஒழுக்கசீலரான பிராமணனுக்கு உணவளித்து சாதத்தையும் நீரையும் ஒரு பானையில் நிறைத்து அதையும் அந்தப் பிராமணனுக்கு வழங்க வேண்டும். தட்சணையும் கொடுக்க வேண்டும். இவ்வாறு தினமும் செய்ய வேண்டும். முதல் வருடம் முடியும் வரை செய்ய வேண்டும்.

இவ்வாறு செய்து வந்தால் ஜீவனை அழைத்துச் செல்லும் எமதூதர்கள் திருப்தி அடைந்து, ஜீவனை நல்லமுறையில் நடத்து வார்கள். ஒருவன் இறந்த பன்னிரண்டாம் நாளில் அதாவது, சபிண்டிகரணம் தினத்தன்று பன்னிரண்டு குடத்தைத் தானம் செய்ய வேண்டும். ஏழையாக இருந்தால் பெரிய குடத்தைத் தானமாகத் தரவேண்டும். இங்கே குடம் என்பது மண்ணால் செய்த பானையாகும்.

சொர்க்கம் கிடைக்க வழிகள்.

கருடனே! யாருக்குச் சொர்க்கம் கிடைக்கும் என்பதைப் பற்றிக் கூறுகிறேன் கேள்! அயோத்தி, மதுரா, காசி, அவந்திகா, துவாரகா ஆகிய ஏதாவது ஒரு தலத்தில் இறப்பவன் ஸ்ரீவிஷ்ணுலோகத்தை அடைவான். ராமர் அல்லது கிருஷ்ணரின் நாமங்களைச் சொல்லிக் கொண்டே இறப்பவனும் மோட்சத்தை அடைவான். துளசியைப் பயிரிட்டு நீர் பாய்ச்சுபவன், தான் செய்த பாவங்கள் நீங்கப் பெற்று நற்கதியை அடைவான்.

குழந்தை, பசு, அந்தணர் ஆகியோருக்கு ஆபத்து நேரிடும்போது, தன் உயிரைவிடவும் துணிந்து அவர்களைக் காப்பவனும் முடிவில் தேவர்கள் எல்லாம் வரவேற்கும் நிலையில் சொர்க்கத்தை அடைவான். காசி, குருக்ஷேத்திரம், பிருகுக்ஷேத்திரம், ஸ்ரீகாஞ்சி, திரிபுஷ்கரம், பூதேஸ்வரம் ஆகிய புனிதத்தலங்களில் இறந்தவன் சொர்க்கத்தை அடைவான். பூமி, பசு, யானை ஆகியவற்றைத் தானம் கொடுத்தால் மோட்சம் கிடைக்கும்.

கிணறு, குட்டை, ஆலயம் ஆகியவற்றைப் புதுப்பித்தவன் அவற்றை உருவாக்கியவர்களைவிடப் புண்ணியம் செய்தவன் ஆவான். இவனுக்கும் சொர்க்கம் கிடைக்கும். வைகுண்ட ஏகாதசியன்று மரணம் அடைந்தவன் வைகுண்டத்தை அடைவான்.

அறநெறியில் வாழ்ந்து, பிறருக்கு நல்லதையே செய்து, கர்ம காரியங்களை விடாமல் செய்து, தானதர்மங்களை இயன்ற வரை செய்து வாழ்ந்தவன் சொர்க்கத்தை அடைவான்.

தனக்கென்று எதையும் சேர்த்து வைக்காமல், தினமும் விடாமல் நாமசங்கீர்த்தனம் செய்து, வாழ்ந்து, முடிவில் தர்ப்பைப்புல்லின் மேல் படுத்துக்கொண்டு கையில் துளசி, தர்ப்பை இலைகளைக் கையில் ஏந்தியபடி பகவான் நாமத்தைச் சொல்லியபடி இறப்பவன் சொர்க்கத்தை அடைவான்.'

இவ்வாறு பகவான் சொர்க்கம் யாருக்குக் கிடைக்கும் என்பதை விளக்கமாகக் கருடனுக்குக் கூறினார்.

நரகத்தை நிச்சயிப்பது நாங்கள்

தண்டனையின் பெயர் : குந்தசூதம்

வாழ்க்கையில் பிறருக்கு நன்மை ஏதும் செய்யாமல் தீமையையே செய்துவந்த பாவிகள் அடையும் நரகம் இது. இங்கு தேள் போன்று கொடிய விஷமுள்ள பிராணிகள், ஜீவன்களைக் கொடுக்குளால் கொட்டித் துன்புறுத்தும்.

21. போன பிறவியில் பொய் சொன்னவன்...

கருடன், நாராயணனைத் தொழுது, 'பகவானே, உலகில் ஜீவன்கள் மீண்டும் மீண்டும் பிறந்து வாழும் மக்களில் யார் பாவம் செய்தவன்? பாவம் செய்தவனை எப்படி அடையாளம் காண்பது? பாவம் செய்த வனைத் தண்டிப்பதில் எமனைத் தவிர யாரும் இருக்கிறார்களா? இந்த விவரங்களைப் பற்றி விளக்கமாகக் கூறவேண்டும்' என்று வேண்டினான்.

பகவான் கருடனை நோக்கி, 'கருடனே! ஒருவன் இறந்த பிறகு துன்பம் அடைவதற்கும் இன்பம் அடைவதற்கும் அவன் செய்த நல்வினை - தீவினைகளே காரணமாக இருக்கின்றன. இறந்தவர்கள் எத்தனை பேர் இருந்தாலும் அவரவர் செய்த வினைகள் தவறாமல் அவரவர்களைச் சென்றடையும். இனி பாவம் செய்தவனைக் கண்டுபிடிக்கும் முறைகளைப் பற்றி கூறுகிறேன்.

பொய் சொன்னவன்:

ஒருவன் பேச முடியாமல் திணறுவான். நெஞ்சு அடைக்கும். இவன் போன பிறவியில் பொய் சொன்னதால் நரகவாசம் அடைந்தவன் என்று கண்டுகொள்ளலாம்.

உயிர்க் கொலை செய்தவன்:

கடந்த பிறவியில் உயிர்க் கொலை செய்தவன் குஷ்ட ரோகியாகப் பிறப்பான். உடலில் கெட்ட நீர் உண்டாகி நாற்றம் எடுக்கும். கை, கால்களில் உள்ள விரல்கள் சுருங்கிக் கறுத்துவிடும். பிறரது வீட்டுக்குத் தீ வைத்தவனும் குஷ்டரோகி ஆவான்.

தீயபானங்களை அருந்தியவன்:

போதைப்பானங்களையும் போதைப்பொருள்களையும் கடந்த பிறவியில் உட்கொண்டவன் புழுக்களை உடைய பற்களுடன் காட்சியளிப்பான். வாயில் புற்றுநோயும் வரலாம்.

தங்கம் திருடியவன்:

ஒருவன் முன்ஜென்மத்தில் பிறருக்குச் சொந்தமான தங்கத்தைத் திருடினால் அடுத்த ஜென்மத்தில் புழு நெளியும் நரகத்தில் வேலை செய்வான்.

குருபத்தினியைத் தீண்டியவன்:

முற்பிறவியில் குருவின் மனைவியைத் தீண்டியவன் அசிங்கமான தோற்றத்துடன் விகாரமாகக் காட்சி தருவான். அவனைப் பார்க்கவே யாரும் விரும்பமாட்டார்கள்.

பரத்தைத் தொடர்பு:

ஒருவன் போனபிறவியில் மனைவியைவிட்டுப் பரத்தையுடன் தொடர்புகொண்டிருந்தால் அடுத்த பிறவியில் சண்டாளனாகப் பிறப்பான்.

ஏழ்மையில் இருப்பவன்:

கடந்த பிறவியில் யாசகம் கேட்டு வருவோருக்கு எதையும் வழங்காதவன் அடுத்த பிறவியில் மிகவும் ஏழ்மையான குடும்பத்தில் பிறந்து வறுமையால் துன்பப்படுவான்.

கழுதைப் பிறவி:

ஒரு கிராமத்தில் உள்ள ஒரு பிராமணன் பாவம் செய்தால் அந்தக் கிராமத்தில் உள்ள எல்லாப் பிராமணர்களுக்கும் அந்தப் பாவம் சேரும். ஒரு கிராமத்தில் ஒரே ஒரு பிராமணன் மட்டும் இருந்தால்

எல்லாப் பாவங்களும் அந்தப் பிராமணனையே சேரும். அவன் மறுபிறவியில் கழுதையாகப் பிறப்பான்.

காக்கைப் பிறவி:

காலையில் எழுந்து, குளித்துவிட்டு சூரிய நமஸ்காரம் செய்து பூஜைகளைச் செய்து பிறகுதான் உணவு உட்கொள்ள வேண்டும். அவ்வாறு செய்யாதவன் மறுபிறவியில் காக்கையாகப் பிறப்பான்.

குரங்குப் பிறவி:

வெட்ட வெளியில் வைத்து உணவை உட்கொள்ளக்கூடாது. அவ்வாறு உட்கொண்டவன் அடுத்த பிறவியில் குரங்காகப் பிறப்பான்.

பூனைப் பிறவி:

பிறரை மிரட்டிப் பணம் பறித்து வயிற்றுப்பிழைப்பை நடத்தி வந்தவன், அடுத்த பிறவியில் பூனையாகப் பிறப்பான்.

மின்மினிப் பூச்சி:

பச்சைக்கொடிகளைக் கொளுத்திய ஒருவன் மறுபிறவியில் மின்மினிப் பூச்சியாகப் பிறப்பான்.

வண்டி இழுக்கும் மாடு:

பிராமணரை ஏமாற்றி உண்ணக்கூடாத தீய பதார்த்தங்களைக் கொடுத்தவன் மறு ஜென்மத்தில் வண்டியை இழுக்கும் மாடாகப் பிறப்பான். அதே போல் பிற ஜாதிப் பெண்களைப் புணர்ந்த பிராமணனும் வண்டியை இழுக்கும் மாடாகப் பிறப்பான்.

குருட்டுப் பிறவி:

தனக்கு எந்தக் கெடுதலையும் செய்யாத ஒருவனை விரோதித்துக் கொண்டு அவனுக்குக் கெடுதலைச் செய்தால் அடுத்து வரும் பிறவியில் குருடனாகப் பிறப்பான். புத்தகங்களைத் திருடியவன் பிறந்த சிறிது காலத்தில் குருடனாவான்.

புத்திர பாக்கியம்:

பிராமணக் குடும்பத்தை அழித்தவனுக்கு அடுத்த பிறவியில் பிறந்த பிள்ளைகள் நிலைக்கமாட்டார்கள். அதே போல் பசி என்று

நரகத்தை நிச்சயிப்பது நாங்கள்

தண்டனையின் பெயர் : வடாரோகம்

பிராணிகளைக் கொடுமையாக வதைத்த பாவிகள் அடையும் நரகம் இதுவாகும். ஜீவன்களின் கைகளைக் கட்டி, நெருப்பு வைத்து துன்புறுத்துவார்கள்.

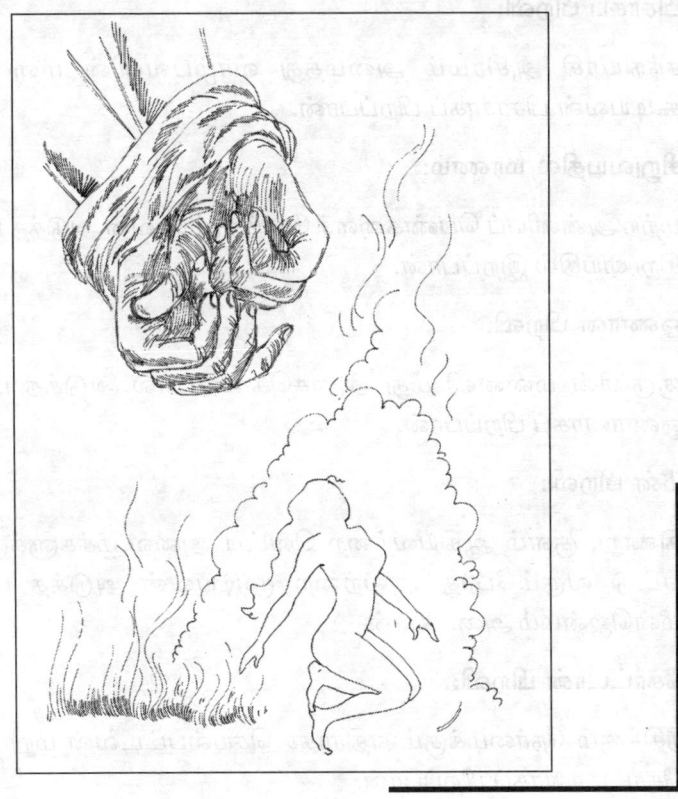

வந்தவனுக்குச் சோறு போடாதவனுக்குப் புத்திர பாக்கியம் கிடைக்காது.

கருங்குரங்குப் பிறவி:

அதிதியாக வந்தவனுக்குப் பழைய சோற்றைக் கொடுத்தால் வரும் பிறவியில் கருங்குரங்காகப் பிறப்பான்.

உடும்புப் பிறவி:

ஆடைகளைத் திருடியவன் அடுத்த ஜென்மத்தில் உடும்பு ஜென்மத்தை அடைவான்.

பாம்புப் பிறவி:

பிறரைக் கொல்ல விஷம் கொடுத்தவன் அடுத்த பிறவியில் பாம்பாகப் பிறப்பான்.

பிசாசுப் பிறவி:

சந்நியாசி ஆசிரமம் அமைத்து வாழ்பவனின் மனைவியைக் கூடியவன் பிசாசாகப் பிறப்பான்.

சிறுவயதில் மரணம்:

மற்ற அன்னியப் பெண்களைச் சேர்ந்தால் அவன் அடுத்த பிறவியில் சிறு வயதில் இறப்பான்.

ஓணான் பிறவி:

குருவின் மனைவி மீது ஆசைகொண்டால் அடுத்த பிறவியில் ஓணானாகப் பிறப்பான்.

மீன் பிறவி:

கிணறு, குளம் ஆகியவற்றை வெட்டி அவை மக்களுக்குப் பயன் பட்டு வரும்போது அவற்றை மூடியவன் அடுத்த பிறவியில் மீன்ஜென்மம் அடைவான்.

கோட்டான் பிறவி:

நீதிக்கும் நேர்மைக்கும் எதிராகச் செயல்பட்டவன் மறுபிறவியில் கோட்டானாகப் பிறப்பான்.

நரகத்தை நிச்சயிப்பது நாங்கள்

தண்டனையின் பெயர் : பர்யாவர்த்தனம்

விருந்தினர்களை உபசரிக்காமல் அவர்களை வெறுத்து நிந்தனை செய்த கஞ்சத்தனம் உள்ளவர்களும், விருந்தினர்களுக்கு உணவளிக்காமல் விரட்டியவர்களும் அடையும் நரகம் இது. இங்கு ஜீவன், உணவும் நீருமின்றி பசியாலும் தாகத்தாலும் தவிக்கும்.

ஸ்ரீ கோவிந்தராஜன்

இழிந்த பிறவி:

ராஜ ஸ்திரியைக் கூடியவன் இழிந்த பிறவியை அடைவான்.

தகுதியற்ற பிறவி:

பூ, பிஞ்சு, காய், கனி இவற்றுடன்கூடிய மரத்தை வெட்டியவன் அடுத்த பிறவியில் எதற்கும் தகுதியில்லாதவனாகப் பிறப்பான்.

துர்நாற்ற உடம்பு:

வாசனைப் பொருட்களைத் திருடியவன் துர்நாற்றம் உடைய வனாகப் பிறப்பான்.

புழு, பூச்சிப் பிறவி:

பிறருக்குச் சொந்தமான பொருள்களில் எவற்றையேனும் கவர்ந்தவன் அடுத்த பிறவியில் புழுவாகவும் கிருமி முதலிய ஊனப்பிறவியாகவும் பிறப்பான். கருடனே! இவ்வாறு ஒருவனையோ, ஒரு உயிரையோ பார்த்த மாத்திரத்தில் அது செய்த நல்வினை - தீவினைகளை அறியலாம்.

வைதரணி நதியில் தண்டனை:

எமபுரிக்குச் செல்லும் வழியில் உள்ள வைதரணி நதி பற்றி ஏற்கெனவே கூறியிருக்கிறேன். இப்போது நான் கூறப்போகும் பாவங்களைச் செய்தவர்கள் வைதரணி நதியில் கிடந்து அவதிப் படுவார்கள். அந்த நதியில் விசித்திர மிருகங்கள், முதலைகள் ஆகியவை இருக்கும். ரத்தமும் சீழுமாக அந்த நதி துர்நாற்றம் அடிக்கும். இனி அந்த நதியில் யார் யார் விழுந்து அவதிப்படுவார்கள் என்பதை வரிசையாகக் கூறுகிறேன்.

1. நான் என்ற அகந்தை கொண்டவன்.
2. தந்தை, தாய், குரு, புரோகிதன் ஆகியோரை அவமதித்தவன்.
3. நேசித்தவன், வாழவழிசெய்தவன் ஆகியோருக்குத் தீங்கு செய்தவன்.
4. பெண்கள், குழந்தைகள், உடல் ஊனமுற்றோர் ஆகியோருக்குத் தீங்கிழைத்தவன்.

5. விவாகத்தைக் கெடுத்து நிறுத்துதல், தானம் செய்வதைத் தடுத்தல் ஆகிய தவறுகளைச் செய்தவர்கள்.
6. கொடுத்த வாக்கை நிறைவேற்றாமல் ஏமாற்றி அலைக் கழித்தவர்கள்.
7. புரோகிதனின் மனைவியைக் கூடி அனுபவித்தல்.
8. சமயச் சொற்பொழிவுகளில் தேவையற்ற வார்த்தை களைப் பேசுதல்.
9. திருமணப் பெண் மீது தேவையற்ற களங்கத்தைக் கற்பித்தல்.
10. வேண்டியவர்களுக்குச் சலுகையும் வேண்டாதவர் மீது வெறுப்பையும் காட்டுதல்.
11. தானம் கொடுத்துவிட்டுக் கொடுத்து விட்டோமே என்று வருந்துதல்.
12. பிராமண தர்மத்தைவிட்டுவிட்டுப் புலால் உணவை உட்கொள்ளுதல்.
13. கடவுள் இல்லை என்று கூறி வீண் விவாதம் செய்பவர்கள்.
14. ஒருவன் செய்யும் தொழிலைக் கெடுத்தல்.
15. பசுவை அடித்தல் அல்லது கொல்லுதல்.
16. பெற்றோருக்கு உரிய கர்மகாரியங்களைச் செய்யாமல் விடுதல்.
17. கோதானம் செய்யாதவன்.
18. பசு, மாடு ஆகியவற்றுக்குத் தண்ணீர் கொடுக்காமல் விரட்டியடித்தல்.
19. எப்போதும் பிறர் மீது கோபம் கொண்டு நிந்தனை செய்பவர்கள்.
20. பிறர் மீது வீண்பழி சுமத்தல்.

கருடனே! இவை போன்ற பாவங்களைச் செய்தவர்கள் வைதரணி நதியில் விழுந்து தவிப்பார்கள். மிருகங்கள், முதலைகள் இவற்றால் துன்புறுத்தப்படுவார்கள்.

ஒருவன் யாருக்கும் தீமை செய்யாமல் நன்மையையே செய்து இறந்தால் அவன் சொர்க்கலோகத்தை அடைவான். அதன் பிறகு நல்ல திருத்தலத்தில் உயர்ந்த குலத்தில் பிறந்து சிறப்புடன் வாழ்வான்.

கருடனே! இந்தப் புராணத்தை தந்தை இறந்த காலத்தில் தீட்டு நீங்குவதற்குள் ஒருவன் கேட்டால், இறந்த தந்தை மோட்சத்தை அடைவான். தாய் இறந்தபோது இந்த புராணத்தைக் கேட்டால் இறந்த தாய் சொர்க்கத்தை அடைவாள். இதைத் தவிர தைமாத விஷூ புண்ணிய காலத்திலும் கிரகண காலத்திலும் திவச தினத்திலும் இந்தப் புராணத்தைப் படித்தாலும் கேட்டாலும் நல்லுலகை அடைவான்.

கன்னிகாதானங்கள் செய்தல், நூறுமுறை தானம் செய்தல், கயா சிரார்த்தம் செய்தல் ஆகியவற்றால் வரும் புண்ணியங்களைவிட இப்புராணத்தைப் படித்தாலும் கேட்டாலும் அதிக புண்ணியம் உண்டாகும். எமலோக பயம் ஏற்படாமல் இருக்கவும் சொர்க்கத்தை அடையும் வழிகளையும் தெரிவிப்பதற்காகவே இந்தப் புராணத்தை உனக்குக் கூறினேன்' என்றார் பகவான்.

கருடன் மிகவும் மனமகிழ்ந்து பகவானை நோக்கி, 'கருணைக் கடலே, காருண்யமூர்த்தியே! உலகுக்கு நீரே வேதங்களை ஓதியருளினீர்கள். அதே வாயால் எனக்கு இந்தப் புராணத்தைச் சொல்லி அருளினீர்கள். எனக்கு ஏற்பட்ட சந்தேகங்களுக்கெல்லாம் விளக்கம் கொடுத்தீர்கள். நான் பாக்கியசாலி. நான் இப்புராணத்தைக் கேட்க என்ன தவம் செய்தேனோ' என்று கூறிப் பகவானை வலம்வந்து வணங்கி மகிழ்ந்தான்.

இப்போது கதையைக் கூறிமுடித்த சூதமுனிவர் மற்ற நைமிசாரண்ய முனிவர்களைப் பார்த்து கூறுகிறார். 'முனிவர்களே, நீங்கள் கேட்டபடி அறம், பொருள், இன்பம், வீடு என்ற நான்கு வகைப்

புருஷாத்தங்களைப் பற்றி விளக்கும் புராணத்தை உங்களுக்கு கூறினேன்' என்று கூறி முடித்தார். பின்னர் அனைவரும் பகவானின் நாமங்களைப் போற்றிப் பாடி மகிழ்ந்தார்கள்!

ஸ்ரீ கருட புராணம் நிறைவுபெறுகிறது.

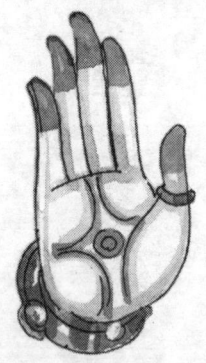

இன்பமே சூழ்க...
எல்லோரும் வாழ்க!